ഗ്രീൻ ബുക്സ്

സാധാരണ ചർമ്മരോഗങ്ങൾ
നിങ്ങൾ അറിയേണ്ടത്

ഡോ. എം.ജി. ഷാജി

തൃശൂർ ജില്ലയിലെ കരുവന്നൂരിൽ ജനനം.
അച്ഛൻ: എം.ആർ. ഗോപാലൻ മാസ്റ്റർ.
അമ്മ: പത്മാവതി.
കോഴിക്കോട് മെഡിക്കൽ കോളേജിൽ നിന്ന്
എംബിബിഎസ് ബിരുദവും വെല്ലൂർ ക്രിസ്ത്യൻ
മെഡിക്കൽ കോളേജിൽ നിന്ന് എംഡി ബിരുദവും നേടി.
1999 മുതൽ മലപ്പുറം ജില്ലയിലെ
തിരൂർ കേന്ദ്രമാക്കി പ്രാക്ടീസ് ചെയ്യുന്നു.
ഇ-മെയിൽ: drmgshaji@yahoo.co.in

ഗ്രീൻ ബുക്സ് പ്രസിദ്ധീകരിച്ച
ഗ്രന്ഥകാരന്റെ ഇതര കൃതി

ഓർമ്മയിലെ കാറ്റാടിമരങ്ങൾ
(ഓർമ്മ)

ആരോഗ്യം

സാധാരണ ചർമ്മരോഗങ്ങൾ നിങ്ങൾ അറിയേണ്ടത്

ഡോ. എം.ജി. ഷാജി

ഗ്രീൻബുക്സ്

green books private limited
gb building, civil lane road, ayyanthole,
thrissur- 680 003, kerala, ph: +91 487-2381066, 2381039
website: www.greenbooksindia.com
e-mail: info@greenbooksindia.com

branches:
thrissur 0487-2422515
thiruvananthapuram 0471-2335301
calicut 0495 4854662

malayalam
sadharana charmarogangal
ningal ariyendathu
health
by
dr. m.g. shaji

published february 2023

cover design : rajesh chalode

printed in india
manipal technologies ltd

isbn : 978-93-95878-23-4

₹ 140.00
GBPL/1282/2023

സമർപ്പണം

ജീവിതത്തിന്റെ വഴിത്താരയിൽ
വെളിച്ചം വീശിയ
എല്ലാ ഗുരുക്കന്മാർക്കും

ഉള്ളടക്കം

"Be good to your skin, you will wear it everyday for rest of your life"

- Nicole Valek

ആമുഖം

മനോഹരമായ ചർമ്മം ആഗ്രഹിക്കാത്തത് ആരാണ്. മനോഹരം എന്നതുകൊണ്ട് ചർമ്മത്തിന്റെ നിറം ഒരിക്കലും കണക്കിലെടുക്കുന്നില്ല.

രോഗങ്ങളില്ലാത്ത പാടുകളില്ലാത്ത അധികം വരണ്ടതോ, അധികം എണ്ണമയം ഇല്ലാത്തതോ ആയ ചർമ്മത്തെ മനോഹരമായ ചർമ്മം എന്ന് വിശേഷിപ്പിക്കുന്നതിൽ തെറ്റില്ല.

മനുഷ്യശരീരത്തിലെ വളരെ പ്രധാനപ്പെട്ട ഒരു അവയവമായാണ് ത്വക്ക് പ്രവർത്തിക്കുന്നത്. നമ്മുടെ ശരീരഭാരത്തിന്റെ 17 ശതമാനം ചർമ്മം ആണ്. അതുകൊണ്ട് തന്നെ ശരീരത്തിലെ ഏറ്റവും വലിയ അവയവമായി ചർമ്മത്തിനെ കണക്കാക്കുന്നു.

മുടി, നഖം എന്നിവയൊക്കെ ചർമ്മത്തിന്റെ ഭാഗങ്ങളാണ്. ചർമ്മത്തെ ബാധിക്കുന്ന രോഗങ്ങൾ സർവ്വ സാധാരണമാണ്. ചർമ്മത്തിലെ രോഗങ്ങൾ മറ്റുള്ളവർക്ക് എളുപ്പത്തിൽ പുറത്തു നിന്ന് കാണുവാൻ സാധിക്കുന്നതു കൊണ്ട് ഇത് രോഗികളിൽ വളരെയധികം മാനസിക പ്രയാസം ഉണ്ടാക്കുന്നതാണ്.

മാറിയ സാഹചര്യത്തിൽ ചർമ്മരോഗ ചികിത്സ വളരെയധികം പുരോഗതി പ്രാപിച്ചിട്ടുണ്ട്. ഇപ്പോൾ ഏറ്റവും കൂടുതലായി വളർച്ച പ്രാപിക്കുന്ന ഒരു മെഡിക്കൽ സ്പെഷ്യാലിറ്റിയാണ് ചർമ്മരോഗചികിത്സാശാസ്ത്രം

(Dermatology) എന്ന് നിസ്സംശയം പറയാം. നിരവധി ശാസ്ത്ര സങ്കേതങ്ങളെ സമന്വയിപ്പിച്ചു കൊണ്ടാണ് ഈ മേഖല വളരുന്നത്. തക്കസമയത്ത് ഫലപ്രദമായ ചികിത്സ ലഭിച്ചാൽ ഒട്ടുമിക്ക ചർമ്മ രോഗങ്ങളും പൂർണമായി മാറ്റുവാനോ, നിയന്ത്രിക്കുവാനോ ഇന്ന് നമുക്ക് സാധിക്കുന്നുണ്ട്.

വളരെ സാധാരണയായി കാണുന്ന കുറച്ച് ചർമ്മ രോഗങ്ങളെക്കുറിച്ച് മാത്രമാണ് ഈ പുസ്തകത്തിൽ പ്രതിപാദിക്കുന്നത് സാധാരണക്കാരായ വായനക്കാരെ ഉദ്ദേശിച്ചുള്ളതായതുകൊണ്ട് കഴിയുന്നതും ലളിതമായി കാര്യങ്ങൾ വിശദീകരിക്കാനാണ് ശ്രമിച്ചിട്ടുള്ളത്. ഇതിൽ ഞാൻ വിജയിച്ചോ എന്ന് പറയേണ്ടത് മാന്യവായനക്കാരാണ്. എത് ചർമ്മരോഗവും ചികിത്സിക്കുന്നതിന് ഒരു ചർമ്മ രോഗവിദഗ്ധനേയോ കുടുംബ ഡോക്ടറേയോ സമീപിക്കുക. സ്വയം ചികിത്സ എപ്പോഴും അപകടകരമാണ്.

ഒത്തിരി സുമനസ്സുകളുടെ സഹായവും സഹകരണവുമില്ലെങ്കിൽ ഈ പുസ്തകം ഒരിക്കലും യാഥാർത്ഥ്യമാകില്ലായിരുന്നു. ആദ്യമായി നന്ദിപറയേണ്ടത് തിരക്കുപിടിച്ച ഔദ്യോഗിക ജീവിതത്തിനിടയിലും സമയം കണ്ടെത്തി ഈ പുസ്തകത്തിന് മനോഹരമായ ഒരു അവതാരിക എഴുതിതന്ന് സഹായിച്ച ഡോ. കെ. അജിത് കുമാറിനോടാണ്.

ഈ പുസ്തകത്തിന്റെ ജീവവായുവായ ചിത്രങ്ങൾ തന്ന് സഹായിച്ച ഡോ. സൂസൻ പുളിമൂട്, ഡോ. ക്രൈറ്റൻ, ഡോ. രാധാമണി, ഡോ. ആഷിക്ക് എന്നിവരോടുള്ള നന്ദി വാക്കുകൾക്കതീതമാണ്. ചിത്രങ്ങൾ വരച്ചുതന്ന് ഈ ഉദ്യമത്തിൽ സഹായിച്ച ഡോ. റൂബി ആർ.കെ., വിജു കെ. കൂട്ടിലങ്ങാടി എന്നിവരോടുള്ള നന്ദി പറയുന്നു. ഈ പുസ്തകരചനയിൽ ആദ്യാവസാനം കൂടെനിന്ന കമൽ അഡോറിനും വേണ്ട സഹായങ്ങളും നിർദ്ദേശങ്ങളും നൽകി പ്രോത്സാഹിപ്പിച്ച എല്ലാ സുഹൃത്തുക്കൾക്കും നന്ദി.

ഈ പുസ്തകം മനോഹരമായി രൂപകല്പന ചെയ്ത് വായനക്കാരിലേക്ക് എത്തിച്ച ഗ്രീൻബുക്സിന്റെ സാരഥികളോട് ഹൃദയത്തിന്റെ ഭാഷയിൽ നന്ദി പറയുന്നു.

ഡോ. എം.ജി. ഷാജി

അവതാരിക

ഡോ. അജിത്കുമാർ കെ.
(പ്രൊഫസർ, ചർമ്മരോഗ വിഭാഗം,
കോട്ടയം മെഡിക്കൽ കോളേജ്)

ചികിത്സകൻ ദൈവത്തിന്റെ പ്രതിനിധിയായിരുന്ന കാലം കഴിഞ്ഞു. ഇന്ന് രോഗചികിത്സയിൽ ഒരു പങ്കാളി മാത്ര മാണ് ചികിത്സകൻ. തന്റെ രോഗത്തെ മനസ്സിലാക്കി അതിനെ നേരിടുന്നതിൽ രോഗിയെ തയ്യാറാക്കുക എന്നത് അതുകൊണ്ടുതന്നെ ചികിത്സകന്റെ ഉത്തരവാദിത്വമാ കുന്നു.

വാളെടുത്തവരെല്ലാം വെളിച്ചപ്പാടാകുന്ന ഈകാലത്ത് 'ഇന്റർനെറ്റ് വഴി എന്തു വിവരവും വിവരദോഷവും മിന്ന ലിനേക്കാൾ വേഗത്തിൽ പടരുന്ന ഈ കാലത്ത് ആധി കാരികമായ വിജ്ഞാനം ലളിതമായ വിധത്തിൽ ലഭിക്കുക എന്നത് ദുഷ്കരമായിരിക്കുന്നു. ഇവിടെയാണ് ഡോക്ടർ ഷാജിയുടെ പുസ്തകത്തിന്റെ വില നമ്മൾ അറിയേണ്ടത്.

Docere എന്ന പദത്തിന്റെ തത്ഭവമാണല്ലോ Doctor. പഠിപ്പിക്കുക എന്നാണ് ഈ വാക്കിന്റെ അർത്ഥം. ഈ പുസ്തകത്തിലൂടെ ഡോക്ടർ ഷാജി തന്റെ ഡോക്ടർ പദവി അന്വർത്ഥമാക്കുന്നു.

മനുഷ്യരിൽ അഞ്ചിലൊന്നിനെ എങ്കിലും ത്വക്ക്രോഗ ങ്ങൾ ബാധിക്കുന്നു എന്നാണ് കണക്ക്. ശരീരത്തിലെ ഏറ്റവും വലിയ അവയവമായ ചർമ്മത്തെ ബാധിക്കുന്ന ആയിരക്കണക്കിന് രോഗാവസ്ഥകൾ ഉണ്ട്. അതുകൊണ്ടു തന്നെ ഓരോരുത്തരും ചർമ്മത്തേയും ചർമ്മരോഗങ്ങ ളെയും കുറിച്ച് പൊതുവായ വിജ്ഞാനം ഉണ്ടാകേണ്ടത്

അത്യാവശ്യമായിത്തീരുന്നു. ഹൃദ്രോഗം, വൃക്കരോഗം എന്നിങ്ങനെ പൊതുവെ പ്രാധാന്യം കല്പിക്കപ്പെടുന്ന രോഗങ്ങളെക്കുറിച്ച് മലയാള പുസ്തകങ്ങൾ ഉള്ളപ്പോൾ എന്തുകൊണ്ടോ ചർമ്മരോഗത്തിന് വേണ്ടത്ര ശ്രദ്ധകിട്ടാതെ പോയിട്ടുണ്ട്. ഈ വിടവാണ് ഗ്രന്ഥകാരൻ ഈ പുസ്തക ത്തിലൂടെ നികത്തുന്നത്.

ചർമ്മത്തിന്റെ ഘടനയിലും ധർമ്മത്തിലും തുടങ്ങുന്ന ഈ പുസ്തകം അടുത്ത അദ്ധ്യായത്തിൽ ചർമ്മത്തിന്റെ നിറത്തെക്കുറിച്ചു പറയുന്നു. ശാസ്ത്ര വിചാരത്തിനിടയിലും കാക്കയുടെ നിറത്തിനെന്താണ് കുറവ് എന്ന് ചോദിക്കാൻ ഗ്രന്ഥകാരൻ മറക്കുന്നില്ല. ചർമ്മരോഗ ചികിത്സയുടെ ചരിത്രത്തേയും ചൊറിച്ചിലിന്റെ ശാസ്ത്രത്തേയും ചുരുക്കി വിവരിച്ച് തിരനോട്ടം നടത്തുന്ന ഗ്രന്ഥകാരൻ തുടർന്ന് വളരെ സാധാരണമായ ഒരുഡസനിലധികം രോഗങ്ങളെ ക്കുറിച്ച് ഒരു മാന്ത്രികന്റെ കൈയ്യടക്കത്തോടെ വിവ രിക്കുന്നു. ഗ്രന്ഥത്തിലൊരിടത്തും ഒരു തരത്തിലുള്ള പാണ്ഡിത്യ കെട്ടുകാഴ്ചയ്ക്ക് ഒരുങ്ങുന്നില്ല. അതേസമയം ഇംഗ്ലീഷ് പദങ്ങൾ ഉപയോഗിക്കേണ്ടി വരുന്നിടത്ത് കൃത്യവും ലളിതവുമായ മലയാള പദങ്ങൾ കൊണ്ട് ആശയം വ്യക്തമാക്കുകയും ചെയ്യുന്നു.

അവശ്യം വേണ്ടിടത്ത് തിരഞ്ഞെടുത്ത ചിത്രങ്ങൾ ചേർത്ത് വായന അയത്നലളിതമാക്കിയിരിക്കുന്നു. ഓരോ അധ്യായത്തിനും യോജിച്ച തന്മയത്വമാർന്ന മുഖവാചകങ്ങൾ ഈ പുസ്തകത്തിന്റെ ആകർഷണീയത കൂട്ടുന്നു.

തന്റെ ആദ്യപുസ്തകത്തിൽ തന്നേയും തന്റെ രോഗി കളേയും കുറിച്ചോർത്ത് ചിരിച്ച ലേഖകൻ ഇവിടെ തന്റെ വായനക്കാരെ കൃത്യമായി മനസ്സിലാക്കി ഒട്ടും വിരസത വരാതെ പറയാനുള്ളത് പറയുന്നു.

മലയാളത്തിലെ വൈദ്യശാസ്ത്രസാഹിത്യ ശാഖയിൽ പുതിയ പന്ഥാവ് വെട്ടിത്തെളിക്കുന്ന പല സംരംഭങ്ങളും നടക്കുന്ന ഈ കാലത്ത് ഈ പുസ്തകം ഒരു പുത്തൻ കൈവഴിയാകുമെന്നതിൽ സംശയമില്ല. ■

"Skin is a wonderful thing,
which keep inside in and outside out"

-Anonymous

"കാഴ്ചയിലെ എല്ലാ സൗന്ദര്യവും
തൊലിപ്പുറത്ത് മാത്രമാണ്."

രഘുനാഥ് പലേരി
(ആൽത്തറയിലെ നിലാവെട്ടങ്ങൾ)

ചർമ്മത്തിന്റെ ഘടനയും ധർമ്മങ്ങളും

മനുഷ്യന് മറ്റ് ജീവികൾക്കെന്ന പോലെ പ്രകൃതി നൽകിയിരിക്കുന്ന മനോഹരമായ ആവരണമാണ് ചർമ്മം. പുറംലോകവുമായി എപ്പോഴും സംവദിച്ച് കൊണ്ടിരിക്കുന്ന ശരീരഭാഗമാണ് ത്വക്ക് അന്തരീക്ഷത്തിലെ എല്ലാ വ്യതിയാനങ്ങളേയും ആദ്യം ഗ്രഹിക്കുന്നതും പ്രതികരിക്കുന്നതും ചർമ്മം ആണ്.

ചർമ്മം മൂന്ന് നിരയുള്ള കോശസമൂഹങ്ങളാലാണ് നിർമ്മിക്കപ്പെട്ടിരിക്കുന്നത്.

ഇവയെ താഴെപറയും വിധം തരം തിരിച്ചിരിക്കുന്നു.

1. എപ്പിഡെർമിസ് (Epidermis)
2. ഡെർമിസ് (Dermis)
3. സബ്ക്യൂട്ടിസ് (Subcutis)

എപ്പിഡെർമിസ് (Epidermis)

ഏറ്റവും മുകളിൽ കാണുന്ന ഭാഗമാണ് എപ്പിഡെർമിസ്. ഇതിനെ മുകളിൽ നിന്ന് താഴേക്ക്

1. സ്ട്രാറ്റം കോർണിയം (Stratum corneum)
2. സ്ട്രാറ്റം ഗ്രാനുലോസം (Stratum granulosam)
3. സ്ട്രാറ്റം സ്പൈനോസം (Stratum spinosum)
4. സ്ട്രാറ്റം ബേസിലേ (Stratum Basale)

നാല് ഭാഗങ്ങളായി തിരിച്ചിരിക്കുന്നു.

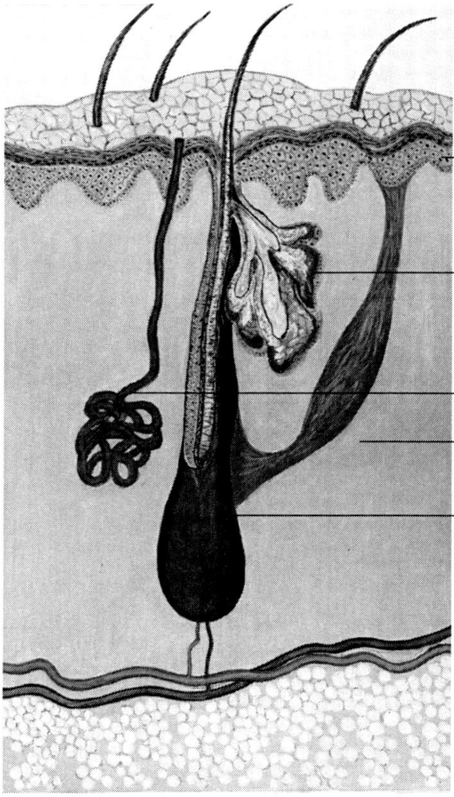

Structure of Skin
Drawing by: DR. RUBY R.K.

കെരാറ്റിനോസൈറ്റ്സ് കോശങ്ങളെ കൂടാതെ മെലനോസൈറ്റ്സ് (Melanocytes), ലാങ്ങർഹാൻ സെൽസ് (Langerhan cells), മെർക്കൽ സെൽസ് (Merkel cells) എന്നിവയും എപ്പിഡെർമിസിൽ കാണുന്ന കോശങ്ങളാണ്.

ഡെർമിസ് (Dermis)

എപ്പിഡെർമിസിന് തൊട്ട് താഴെയുള്ള ഈ പ്രതലത്തെ രണ്ടായി തിരിച്ചിട്ടുണ്ട്.

1. പാപ്പിലറി ഡെർമിസ് (Papillary Dermis)

കൊളജൻ (Collagen) എന്ന നേർത്ത പ്രോട്ടിൻ നാരുകളാണ് ഈ ലെയറിൽ പ്രധാനമായി കാണുന്നത്.

2. റെറ്റികുലാർ ഡെർമിസ് (Reticular Dermis)

ഡെർമിസ്സിന്റെ സിംഹഭാഗവും ഈ ഭാഗത്താണ്. കൊള്ളജൻ, ഇലാസ്റ്റിൻ (Elastin), പ്രോട്ടിയോഗ്ലൈക്കാൻസ് (Proteoglycans) എന്നീ പ്രോട്ടീൻ പദാർത്ഥങ്ങളും ഫൈബ്രോബ്ലാസ്റ്റ് (Fibroblast), മാക്രോഫാജസ് (Macrophages), മാസ്റ്റ് സെൽസ് (Mast cells) എന്നീ കോശങ്ങളും ചേർന്നതാണ് ഡെർമിസിന്റെ ഈ ഭാഗം.

ഇത് കൂടാതെ വിയർപ്പ് ഗ്രന്ഥികൾ (Sweat gland), കൊഴുപ്പ് ഗ്രന്ഥികൾ (Sebaceous gland), മുടിയുടെ വേരുകൾ (Hair root), ചെറിയ രക്തകുഴലുകൾ, നാഡീവ്യൂഹത്തിന്റെ ഭാഗമായ ചെറിയ നെർവുകൾ (Nerve fibres) എന്നിവയും ഡർമ്മിസിന്റെ ഭാഗങ്ങളാണ് വിസ്താരഭയം മൂലം ഇതിനെക്കുറിച്ചൊന്നും കൂടുതൽ എഴുതുന്നില്ല.

സബ്ക്യൂട്ടിസ് (Subcutis)

ഈ പ്രതലം പ്രധാനമായും കൊഴുപ്പ് കോശങ്ങളാൽ സമൃദ്ധമാണ് ചർമ്മത്തിന് ഒരു കുഷ്യൻ ഇഫക്റ്റ് (Cushion effect) നൽകുന്നത് ഈ പ്രതലമാണ്.

ചർമ്മത്തിന്റെ ധർമ്മങ്ങൾ

നമ്മുടെ ശരീരത്തിൽ പുറത്ത് നിന്നുള്ള ഏതൊരു ആക്രമണത്തേയും പ്രതിരോധിക്കുന്നതിൽ ഏറ്റവും മുന്നിൽ നിൽക്കുന്നത് ചർമ്മമാണ് (First line of defence).

ഒരു മനുഷ്യന്റെ വ്യക്തിത്വത്തിന്റെ പുറംമോടി നിശ്ചയിക്കുന്നത് ചർമ്മം, മുടി, നഖം എന്നിവ ചേർന്നാണ്. പുറത്തു നിന്നുള്ള ഹാനികരമായ പ്രകാശരശ്മികൾ, ബാക്ടീരിയ, വൈറസ്, ഫംഗസ് എന്നിവയെ ആദ്യം പ്രതിരോധിക്കുന്നതും ചർമ്മം ആണ്. നമ്മുടെ ശരീരത്തിലെ താപനില നിയന്ത്രിക്കുന്നതിൽ ചർമ്മത്തിലെ വിയർപ്പ് ഗ്രന്ഥികളും രക്തക്കുഴലുകളും വലിയ പങ്ക് വഹിക്കുന്നു. ശരീരത്തിന്റെ ഒരു റേഡിയേറ്റർ (Radiator) ആയി ചർമ്മം പ്രവർത്തിക്കുന്നു എന്നു പറയാം.

ശരീരത്തിലെ ജലാംശവും ധാതുലവണങ്ങളും നഷ്ടപ്പെടാതെ സൂക്ഷിക്കുന്നതിലും ത്വക്ക് ഒരു വലിയ പങ്ക് വഹിക്കുന്നുണ്ട്.

ശരീരത്തിന് വളരെ ആവശ്യമായ വൈറ്റമിൻ ഡി (Vit-D) ഉല്പാദനത്തിന്റെ പ്രധാനമായ പ്രാരംഭ പ്രവർത്തനങ്ങൾ നടക്കുന്നത് ചർമ്മത്തിലാണ്. ഇതിന് സൂര്യപ്രകാശം ഒരു അത്യാവശ്യ ഘടകമാണ്. അതിശൈത്യത്തെ പ്രതിരോധിക്കുന്നതിന് തൊലിക്കടിയിലെ കൊഴുപ്പ് വലിയ പങ്ക് വഹിക്കുന്നുണ്ട്.

"A people without the knowledge of their past history, origin and culture is like a tree without roots."

Marcus Garvey

അല്പം ചരിത്രം

മുന്നോട്ടുള്ള പ്രയാണത്തിൽ നമുക്ക് പാതയൊരുക്കിയ പൂർവ്വികരെ സ്മരിക്കാതെ മുന്നോട്ട് പോകുന്നത് നന്ദികേടാണ്.

ഇന്നത്തെ പോലെ ടെക്സ്റ്റ് ബുക്കുകളും ആധുനിക സങ്കേതങ്ങളുമില്ലാതിരുന്ന കാലത്ത് രോഗിയേയും, രോഗലക്ഷണങ്ങളേയും മാത്രം നിരീക്ഷിച്ച് ഇവരുണ്ടാക്കിയ അടിത്തറയിലാണ്; ഇന്നത്തെ ആധുനിക ത്വക്ക്രോഗ ശാസ്ത്രം തലയുയർത്തി നിൽക്കുന്നത്.

ബിസി 17, 16 നൂറ്റാണ്ടുകളിൽ ഈജിപ്ഷ്യൻ, റോമൻ, ഗ്രീക്ക്, അറേബ്യൻ പുസ്തകങ്ങളിലൊക്കെ ചർമ്മരോഗ ചികിത്സയെക്കുറിച്ച് പ്രതിപാദിക്കുന്നുണ്ട്.

ആർഷഭാരതത്തിലെ അഥർവവേദം, ചരകസംഹിത, സുശ്രുത സംഹിത എന്നിവയിലൊക്കെ ത്വക്ക് രോഗങ്ങളെക്കുറിച്ച് വിവരണങ്ങളുണ്ട്.

ജനറൽ മെഡിസിന്റെ ഒരു ശാഖയായി നിന്നിരുന്ന ത്വക്ക് രോഗ ചികിത്സാശാസ്ത്രം (Dermatology) ഒരു പ്രത്യേക ശാസ്ത്രശാഖയായി വികാസം പ്രാപിക്കാൻ തുടങ്ങിയത് 19-ാം നൂറ്റാണ്ടിന്റെ അവസാനത്തിലും 20-ാം നൂറ്റാണ്ടിന്റെ ആരംഭത്തിലുമാണ്.

19-ാം നൂറ്റാണ്ടിന്റെ അവസാനത്തിൽ മഹാഭിഷഗ്വരന്മാരായ ഹെബെർഡൻ (Heberden), കിള്ളൻ (Cullen), ഹീബ്ര (Hebra) എന്നിവരാണ് ഈ ശാസ്ത്രശാഖയ്ക്ക് അടിത്തറയിട്ടവർ. 1801-ൽ പാരീസിൽ ഡോ. ഡി.എൽ. ആൽബർട്ടിന്റെ നേതൃത്വത്തിൽ ആദ്യത്തെ ചർമ്മരോഗ ആശുപത്രി സ്ഥാപിതമായി.

First Dermatology Hospital, St Louis Hospital, Paris (1801)
Painting by: Dr. Ruby R.K.

ഇന്ത്യൻ സാഹചര്യങ്ങളെക്കുറിച്ച് പറയുകയാണെങ്കിൽ 19-ാം നൂറ്റാണ്ടിന്റെ അവസാനത്തിൽ ബ്രിട്ടീഷ് സർജൻ മേജർ ഡോ. വി. എർട്ടറുടെ നേതൃത്വത്തിൽ ഇന്ത്യയിലെ ത്വക്ക്, ലൈംഗിക രോഗങ്ങളെക്കുറിച്ച് പഠനങ്ങൾ നടന്നു. പിന്നീട് ചെന്നൈ, കൊൽക്കത്ത, മുംബൈ എന്നിവിടങ്ങളിൽ ത്വക്ക് രോഗചികിത്സക്കായുള്ള യൂണിറ്റുകൾ സ്ഥാപിതമായി.

ഇരുപതാം നൂറ്റാണ്ടിന്റെ രണ്ടാമത്തെ പകുതിയിലാണ് ത്വക്ക് രോഗചികിത്സ വളരെ പെട്ടെന്ന് വികാസം പ്രാപിച്ചത്. ഇന്ന് Pediatric Dermatology, Dermatopathology, Dermatosurgery, Occupational Dermatology, Aesthetic Dermatology എന്നിങ്ങനെയുള്ള ശാഖകളോടെ ഈ ശാസ്ത്രശാഖ തലയുയർത്തി നിൽക്കുന്നു.

''അകത്തേക്കാൾ മേനി പുറത്താകുമ്പോൾ മനുഷ്യശരീരത്തിലെ തൊലിതന്നെയാകുന്നു ഏറ്റവും പ്രധാനം. തൊലിയെന്ന് പറഞ്ഞാൽ തൊലിയുടെ നിറം. അങ്ങനെ ചില നാടുകളിൽ വെളുത്തവരും കറുത്തവരും രണ്ടിനുമിടയിലുള്ള തവിട്ട് നിറക്കാരും ഉണ്ടാകുന്നു.''

സേതു
(ഓർമ്മക്കല്ലുകൾ)

ചർമ്മത്തിന്റെ നിറം
(Skin Colour)

ചർമ്മത്തിന്റെ നിറത്തെക്കുറിച്ച് ശാസ്ത്രീയമായി വിശദീകരിക്കാൻ എളുപ്പമാണ്. പക്ഷേ ശാസ്ത്രത്തിനുമപ്പുറത്താണല്ലോ പലപ്പോഴും സംഗതികളുടെ കിടപ്പ്.

'കറുപ്പും, വെളുപ്പും കരുക്കൾ നീക്കി കാലം കളിക്കുന്നു, ആരോ കൈകൊട്ടിച്ചിരിക്കുന്നു' ഒഎൻവി കാലത്തെക്കുറിച്ച് എഴുതിയതാണെങ്കിലും ഈ കൈക്കൊട്ടി ചിരി നമുക്ക് ലോകമെമ്പാടും കേൾക്കാം. ലോകമെത്ര പുരോഗമിച്ചിട്ടും ചർമ്മത്തിന്റെ നിറത്തെ ചൊല്ലിയുള്ള വിവേചനം ഇപ്പോഴും തുടരുന്നു എന്നത് അത്യന്തം സങ്കടകരമാണ്.

നാം ചെറുപ്പം മുതൽ കേൾക്കുന്ന ഒരു പഴഞ്ചൊല്ല് തന്നെയെടുക്കാം, ഉദാഹരണത്തിന്...

കാക്ക കുളിച്ചാൽ കൊക്കാകുമോ?

എന്തിനാണ് കാക്ക കുളിച്ചു കൊക്ക് ആകുന്നത്. കാക്കയ്ക്ക് എന്താണൊരു കുറവ്. തൊലിയുടെ നിറത്തിന്റെ രാഷ്ട്രീയം നമ്മുടെ വിഷയമല്ലാത്തതിനാൽ നമുക്ക് ശാസ്ത്രത്തിലേക്കു മടങ്ങാം.

മെലാനിൻ (Melanin)

ഒരാളുടെ ചർമത്തിലെ മെലാനിന്റെ അളവാണ്, തൊലിയുടെ നിറം നിശ്ചയിക്കുന്നത്. ത്വക്കിന്റെ അടിത്തട്ടിലുള്ള മെലനോസൈറ്റ്സ് (Melanocytes) എന്ന കോശങ്ങളാണ് മെലാനിൻ ഉല്പാദിപ്പിക്കുന്നത്. തൈറോസിൻ (Tyrosine) എന്ന അമിനോആസിഡിൽ (Aminoacid)

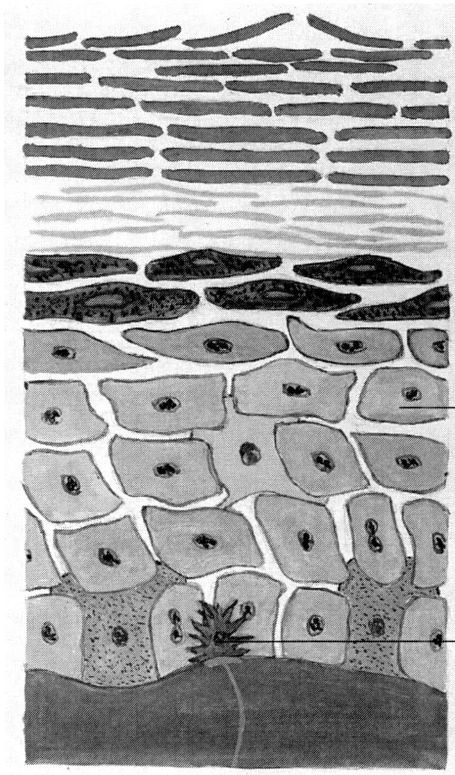

Colour of Skin
Drawing by: Dr. Ruby R.K.

നിന്നും അത്യന്തം സങ്കീർണ്ണമായ രാസപ്രക്രിയയിലൂടെയാണ് മെലാനിന്റെ ഉല്പാദനം നടക്കുന്നത്. ഉല്പാദിപ്പിക്കപ്പെടുന്ന മെലാനിൻ, മെലാനോസോം (Melanosome) എന്ന ചെറുകണികകളാക്കി; കെരാറ്റിനോസൈറ്റ് കോശങ്ങളിലേക്ക് അപ്‌ലോഡ് ചെയ്യുന്ന പ്രക്രിയ രസകരമാണ്. ഒരു മെലാനോസൈറ്റ് കോശം 36 കെരാറ്റിനോസൈറ്റ്സ് കോശങ്ങൾക്ക് മെലാനിൻ 'സപ്ലൈ' ചെയ്യാനുള്ള കരാറാണ് ഏറ്റെടുത്തിരിക്കുന്നത്.

എല്ലാ നിറക്കാരിലും, മെലാനോസൈറ്റ്സ് കോശങ്ങളുടെ എണ്ണത്തിൽ വലിയ വ്യത്യാസം കാണാറില്ല. ഉല്പാദിപ്പിക്കപ്പെടുന്ന മെലാനിന്റെ അളവാണ് ചർമ്മത്തിന്റെ നിറം നിശ്ചയിക്കുന്നത് എന്ന് സാരം.

മെലാനിന് അൾട്രാവൈലറ്റ് രശ്മികളെ പ്രതിരോധിക്കാനുള്ള കഴിവുണ്ട്. അതുകൊണ്ടാണ് വെളുത്ത ചർമമുള്ളവരിൽ സ്കിൻ ക്യാൻസർ കൂടുതലും കറുത്തതും തവിട്ടു നിറമുള്ള ചർമ്മമുള്ളവർക്ക് കുറവും കാണുന്നത്.

ചില പ്രത്യേക കാരണങ്ങൾ കൊണ്ട് ചർമത്തിലെ മെലാനോസൈറ്റ്സ് കോശങ്ങൾ നശിക്കുകയും, മെലാനിൻ ഉല്പാദനം നിലയ്ക്കുകയും ചെയ്യുമ്പോഴാണ് 'വെള്ളപാണ്ട്' (Vitiligo) എന്ന രോഗമുണ്ടാകുന്നത്.

മെലാനോസൈറ്റ് കോശങ്ങളിൽ നിന്ന് ഉത്ഭവിക്കുന്ന അർബുദ രോഗത്തിനാണ് മെലനോമ (Melanoma) എന്നു വിളിക്കുന്നത്. മെലനോമ അപകടകാരിയായ ഒരു ക്യാൻസർ ആണ്. ഭാഗ്യവശാൽ നമ്മുടെ രാജ്യത്ത് മെലനോമ അപൂർവ്വമായി മാത്രമേ കാണപ്പെടുന്നുള്ളൂ.

“Beautiful skin requires commitment,
Not a miracle”
Erno Lazlo

വരണ്ട ചർമ്മം
(Dry Skin)

വരണ്ടുണങ്ങിയ ചർമ്മം ആരാണ് ഇഷ്ടപ്പെടുക? ഒ.പിയിൽ വരുന്ന പല രോഗികളുടെയും ഒരു പ്രധാന പരാതി ചർമ്മത്തിന്റെ വരൾച്ചയും മൊരിച്ചിലുമാണ്.

തൊലിയിൽ ജലാംശവും കൊഴുപ്പിന്റെ കണികകളും കുറയുമ്പോഴാണ് തൊലി വരണ്ടുണങ്ങി വെള്ളം വറ്റിയ പുഞ്ചപ്പാടം പോലെ വിണ്ടുകീറുന്നത്.

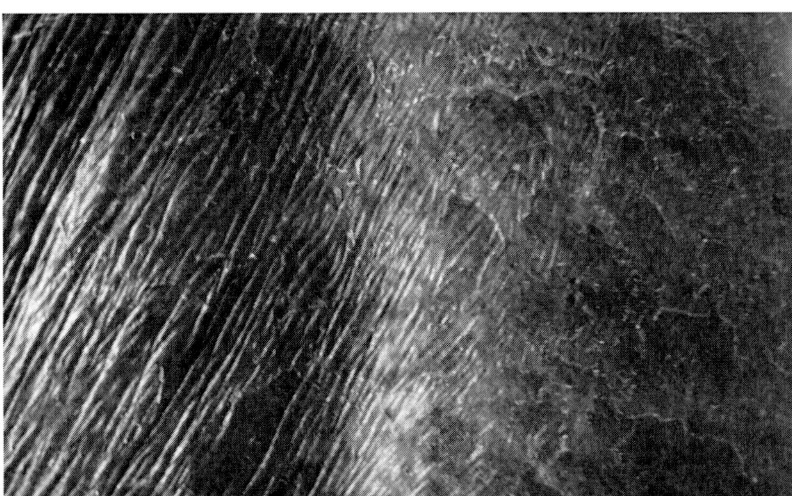

Dry Skin
Photo Courtesy: Bharath M.S.

കാരണങ്ങൾ

ഒട്ടേറെ ചർമ്മരോഗങ്ങൾ വരണ്ട ചർമ്മത്തിന് കാരണമാകുന്നുണ്ട്. ഇവയിൽ പ്രധാനമായ ഒന്ന് ജന്മനാ കാണുന്ന ഇക്ത്യോസിസ് (Icthyosis) എന്ന രോഗമാണ്.

ഇത് ജനിതകമായ ഒരു പാരമ്പര്യരോഗമാണ്. ഈ രോഗം ബാധിച്ച വരിൽ തൊലിയുടെ വരൾച്ച ജീവിതകാലം മുഴുവൻ നീണ്ടു നിൽക്കുന്നു.

കുട്ടികളിൽ കാണുന്ന കരപ്പൻ (Atopic dermatitis) എന്ന് വിളിക്കുന്ന രോഗവും തൊലിയിൽ വരൾച്ചയും മൊരിച്ചിലും ഉണ്ടാക്കും.

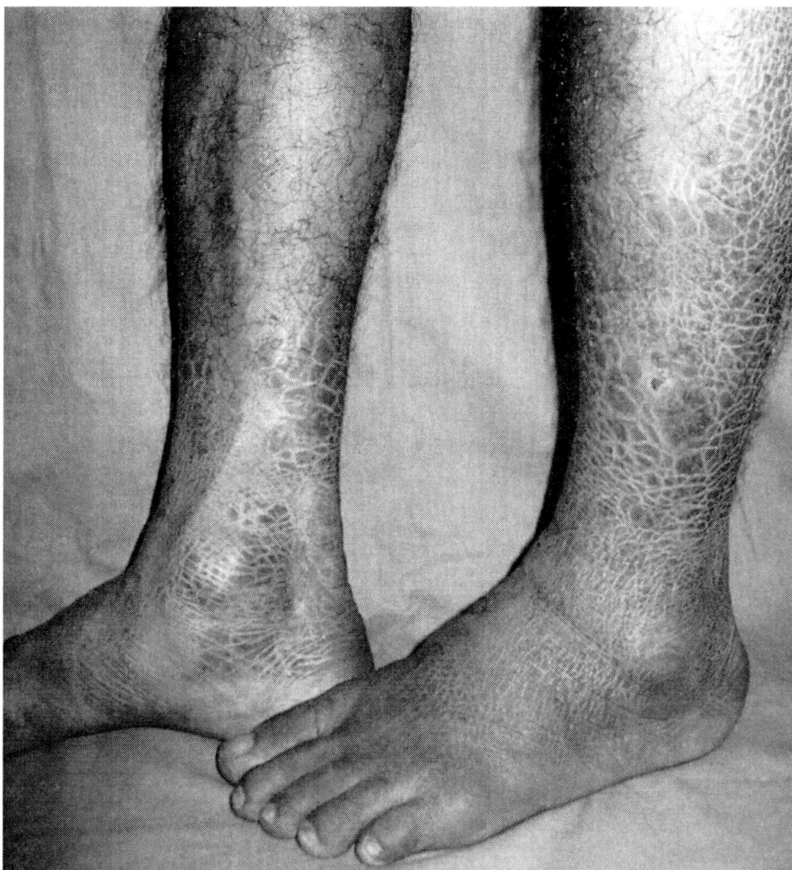

ICTHYOSIS

Photo Courtesy: Dr. K.T. Ashique, Amanza Skin Clinic, Perinthalmanna

Photo Courtesy: Bharath M.S.

പ്രായം കൂടും തോറും ക്രമേണ ചർമ്മത്തിന്റെ വരൾച്ച കൂടിവരുന്നതായി കാണാം. 60 വയസ്സിന് ശേഷം തുടങ്ങുന്ന വരൾച്ച 75–80 വയസ്സോടെ ശക്തി പ്രാപിക്കുന്നു. അന്തരീക്ഷ താപനിലയും, ജലാംശവും കുറയുന്ന ഡിസംബർ, ജനുവരി മാസങ്ങളിൽ ഇവർക്ക് കൂടുതൽ ബുദ്ധിമുട്ട് അനുഭവപ്പെടാറുണ്ട്.

ചർമ്മരോഗങ്ങൾ കൂടാതെ ശരീരത്തിൽ തൈറോയിഡ് ഹോർമോണിന്റെ അളവ് കുറയുന്ന ഹൈപ്പോതൈറോയിഡിസം (Hypo thyroidism) വൃക്കകളുടെ പ്രവർത്തനം മന്ദീഭവിക്കുന്ന ക്രോണിക്ക് റീനൽ ഫേലിയർ (Chronic renal failure), പ്രമേഹം, ചില ക്യാൻസറുകൾ എന്നിവയും വരണ്ട ചർമ്മത്തിന് കാരണമാകാറുണ്ട്.

സാധാരണ ചർമ്മമുള്ളവർക്ക് പെട്ടെന്ന് തൊലിയിലുണ്ടാകുന്ന വരൾച്ച പ്രത്യേകം ശ്രദ്ധിക്കേണ്ടതും, വേണ്ട രോഗനിർണയ ടെസ്റ്റുകൾ നടത്തി കാരണം കണ്ടെത്തേണ്ടതുമാണ്.

ചികിത്സാമാർഗങ്ങൾ

വരണ്ട ചർമ്മത്തിന്റെ ചികിത്സ ചിലപ്പോൾ ജീവിതകാലം മുഴുവൻ നീണ്ടു നിൽക്കുന്ന ഒരു പ്രക്രിയയാണ്. ഇത് ഒരു ചർമ്മരോഗ വിദഗ്ധന്റെ മേൽനോട്ടത്തിൽ ചെയ്യുന്നതായിരിക്കും ഉചിതം.

ചർമ്മത്തെ മൃദുലമാക്കുന്ന മോയിസ്ചറൈസിങ്ങ് ക്രീമുകളുടെ (Moisturizing cream) നിരന്തരമായ ഉപയോഗമാണ് ചികിത്സയുടെ അടിസ്ഥാനം. പലതരത്തിൽപെട്ട മോയിസ്ചറൈസിങ്ങ് ക്രീമുകൾ ഇന്ന് ലഭ്യമാണ്. ഇതിൽ ഏതാണ് ഓരോ രോഗിക്കും അനുയോജ്യമായത് എന്ന് ഡോക്ടറുടെ നിർദ്ദേശപ്രകാരം തെരഞ്ഞെടുക്കാം. നിരന്തര ഉപയോഗത്തിനായി ഉള്ളതിനാൽ വിലയും, ഗുണവും ഒത്ത്

നോക്കി (Cost effective) ഒരു തീരുമാനത്തിലെത്തേണ്ടത് അനിവാര്യമാണ്.

ശക്തമായ ചൊറിച്ചിൽ അനുഭവപ്പെടുന്നവർക്ക് ചൊറിച്ചിൽ സംഹാരികളും, വീര്യം കുറഞ്ഞ സ്റ്റിറോയിഡ് ലേപനങ്ങളും ആവശ്യമായിവന്നേക്കാം.

സോപ്പിന്റെ ഉപയോഗം കുറക്കുന്നതും, നിരന്തരം എ.സി. റൂമുകളിൽ ജോലി ചെയ്യുന്നവർ സാഹചര്യങ്ങൾക്ക് അനുസരിച്ച് എസിയുടെ ഉപയോഗം ഒരു പരിധിവരെ കുറയ്ക്കുന്നതും വരണ്ടചർമ്മത്തെ പ്രതിരോധിക്കുന്നതിന് സഹായിച്ചേക്കാം.

"Happiness is having scratch for every itch''
Ogden Nash

ചൊറിച്ചിൽ
(ITCH)

ചർമ്മരോഗത്തിന്റെ ഏറ്റവും പ്രധാനപ്പെട്ട ലക്ഷണം രോഗികൾക്ക് അനുഭവപ്പെടുന്ന ചൊറിച്ചിലാണ്. ചൊറിച്ചിലിന്റെ കാഠിന്യത്തിൽ വ്യത്യാസമുണ്ടാകാമെങ്കിലും മിക്കവാറും രോഗികളുടെ പരാതി ചൊറിച്ചിലിനെ കുറിച്ചാണ്. വിട്ടുമാറാത്ത ചൊറിച്ചിൽ ഉറക്കത്തെയും ജോലിയെയും സാമൂഹ്യ ജീവിതത്തെയും ബാധിക്കുന്നു. അപൂർവ്വം പേരിൽ ഇത് ആത്മഹത്യാചിന്തകളിലേക്ക് കൂടി എത്തിച്ചേക്കാം.

മനുഷ്യനെ സംബന്ധിച്ചിടത്തോളം വേദന കഴിഞ്ഞാൽ ഏറ്റവും അസുഖകരമായ അനുഭവമാണ് ചൊറിച്ചിൽ, എങ്കിലും വേദന അനുഭവിക്കുന്ന ഒരു രോഗിയോടു കാണിക്കുന്ന അനുകമ്പ ചൊറിച്ചിലുള്ള രോഗിയോട് സമൂഹം കാണിക്കാറില്ല എന്നതാണ് വാസ്തവം.

തൊലിയിൽ ചൊറിയാൻ അല്ലെങ്കിൽ തടവാൻ തോന്നിക്കുന്ന അസുഖകരമായ സംവേദനത്തിന് (Sensation) ചൊറിച്ചിൽ എന്നു വിളിക്കാം. 1660ൽ ജർമൻ ഭിഷഗ്വരനായ സാമുവൽ ഹാഫൻഫെർ നൽകിയ നിർവ്വചനത്തിന് ഇപ്പോഴും വലിയ മാറ്റങ്ങളൊന്നും വന്നിട്ടില്ല.

രോഗാവസ്ഥയില്ലാതെ തന്നെ ചൊറിച്ചിൽ എന്ന പദം പലരുടെയും സംസാരത്തിൽ കടന്നു വരാറുണ്ട്. മറ്റുള്ളവരെ വല്ലാതെ ഇറിറ്റേറ്റ് ചെയ്യുന്ന ആളുകളെ 'ആളൊരു ചൊറിയനാണെന്ന്' പലരും പറയാറുണ്ട്.

DR. SAMUEL HAFFENREFFER
Drawing by: Viju K Kootilangadi

ചൊറിച്ചിൽ പലതരത്തിലുണ്ട്.

1. പെട്ടെന്ന് വന്ന്മാറുന്ന ചൊറിച്ചിൽ (Acute itch)

ഇത്തരം ചൊറിച്ചിൽ അസഹ്യമാണെങ്കിലും, ഒരാഴ്ചയിൽ കൂടുതൽ നീണ്ടു നിൽക്കാറില്ല. കൊതുക്, മറ്റു പ്രാണികൾ കടിക്കുമ്പോഴുണ്ടാകുന്ന അലർജി, ചില പദാർത്ഥങ്ങൾ തൊലിയിൽ തട്ടുമ്പോഴുള്ള അലർജി (Irritant dermatitis) എന്നിവ ചില ഉദാഹരണങ്ങളാണ്.

2. നിതാന്തമായ ചൊറിച്ചിൽ (Chronic Itch)

ഇത് രോഗിയെ സംബന്ധിച്ചിടത്തോളം സങ്കടകരമായ അവസ്ഥയാണ്. ഇവിടെ ചികിത്സിക്കുമ്പോൾ കുറയുന്ന ചൊറിച്ചിൽ, ചികിത്സ നിർത്തുമ്പോൾ പൂർവ്വാധികം ശക്തിയോടെ തിരിച്ചുവരുന്നു.

3. ചികിത്സയ്ക്ക് വഴങ്ങാത്ത ചൊറിച്ചിൽ (Intractable itch)

ഏത് ചികിത്സയ്ക്കും പിടിതരാതെ നിൽക്കുന്ന ഇത്തരം ചൊറിച്ചിലും അപൂർവ്വം രോഗികളിൽ കണ്ടു വരാറുണ്ട്. ഇത്തരത്തിലുള്ള രോഗികളുടെ ചികിത്സ പലപ്പോഴും മറ്റ് വിഭാഗങ്ങളിലെ ഡോക്ടർമാരുമായി കൂടി ആലോചിച്ച് ചെയ്യേണ്ടി വരും.

ത്വക്ക് രോഗങ്ങൾ കൊണ്ട് മാത്രമാണ് ചൊറിച്ചിൽ ഉണ്ടാകുന്നത് എന്ന ധാരണ തെറ്റാണ്. പലപ്പോഴും പല ആന്തരിക രോഗങ്ങളുടെയും (Systemic Disease) പ്രകടമായ ലക്ഷണം ചൊറിച്ചിലായിരിക്കും.

ഹൈപ്പോതൈറോയിഡിസം (Hypothyroidism), ഹോജ്കിൻസ് ലിംഫോമ (Hodgkins lymphoma), വൃക്കയുടെ പ്രവർത്തന ക്ഷമതയിലുള്ള കുറവ് (Chronic renal failure), കരളിനെ ബാധിക്കുന്ന ഒബ്സ്ട്രക്റ്റീവ് ജോണ്ടിസ് (Obstructive Jaundice), ചുവന്ന രക്താണുക്കളുടെ അളവ് രക്തത്തിൽ കൂടുന്ന പോളിസൈത്തീമിയ (Polycythemia vera) എന്നീ രോഗങ്ങൾ അതിൽ ചിലതുമാത്രമാണ്.

“ശംഖ് കടഞ്ഞ കഴുത്തഴകും
മാറത്തു മാൻപുള്ളി പോർ ചുണങ്ങും.”
കെ. ജയകുമാർ
(ഒരു വടക്കൻ വീരഗാഥ)

ചുണങ്ങ്
(Tinea Versicolor)

ഏറ്റവും കൂടുതലായി കാണുന്ന ഒരു ചർമ്മരോഗമാണ് ചുണങ്ങ് (പലരും ഇതിനെ ഒരു രോഗമായി കരുതുന്നില്ല എന്നതാണ് വാസ്തവം)

മലാസീസിയാ ഫർഫർ എന്ന യീസ്റ്റ് വർഗത്തിൽപ്പെട്ട ഫംഗസ്സ് ആണ് രോഗത്തിന് ഹേതു. ഇത് സാധാരണ ചർമ്മത്തിൽ കൊഴുപ്പ് ഭക്ഷിച്ച് ജീവിക്കുന്ന ഒരു യീസ്റ്റ് ആണ്. സാഹചര്യങ്ങൾ അനുകൂലമാകുമ്പോൾ ഇവയുടെ വളർച്ച അനിയന്ത്രിതമാകുകയും രോഗകാരണമാകുകയും ചെയ്യുന്നു.

Malassezia Furfur
Drawing by: Viju K Kootilangadi

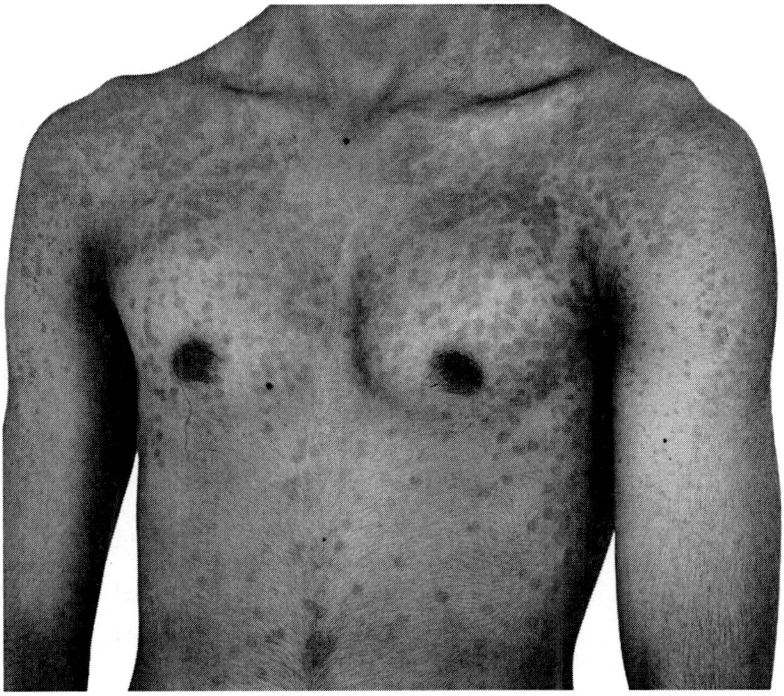

Tinea Versicolor
Photo Courtesy: Snaprew, Tirur

രോഗലക്ഷണങ്ങൾ

ഇളം തവിട്ടുനിറം, ഇളം ചുവപ്പ്, വെളുപ്പ് നിറങ്ങളിൽ ചുണങ്ങ് കാണാറുണ്ട്. ചുണങ്ങ് പൊതുവെ ചൊറിച്ചിൽ അനുഭവപ്പെടാത്ത രോഗമാണ്. എങ്കിലും വെയിലത്ത് ജോലിചെയ്യുന്നവരിലും ശക്തമായി വിയർക്കുന്നവരിലും ചിലപ്പോൾ ചൊറിച്ചിൽ അനുഭവപ്പെടാറുണ്ട്. ഏതു പ്രായക്കാരിലും ചുണങ്ങ് വരാം.

കഴുത്ത്, നെഞ്ചിന്റെ ഭാഗങ്ങൾ, കക്ഷം, പുറംഭാഗം എന്നീ ശരീരഭാഗങ്ങളിലാണ് ചുണങ്ങ് കൂടുതലായി കാണപ്പെടുന്നത്. ചുണങ്ങ് ഒരു പകരാൻ സാധ്യതയുള്ള രോഗമാണെങ്കിലും ഗൗരവമായ രോഗമല്ലാത്തതുകൊണ്ട് ഇത് പ്രസക്തമല്ല. നമ്മുടെ നാട്ടിലെ ചൂടുള്ള, ശരീരം വിയർക്കുന്ന കാലാവസ്ഥ ചുണങ്ങിന് അനുകൂലമാണ്.

ഇറുകിയ സിന്തെറ്റിക്ക് വസ്ത്രങ്ങൾ ധരിക്കുന്നതും വ്യക്തി ശുചിത്വത്തിന്റെ കുറവും ഈ രോഗത്തിന് അനുകൂലമായ സാഹചര്യം സൃഷ്ടിക്കുന്നു.

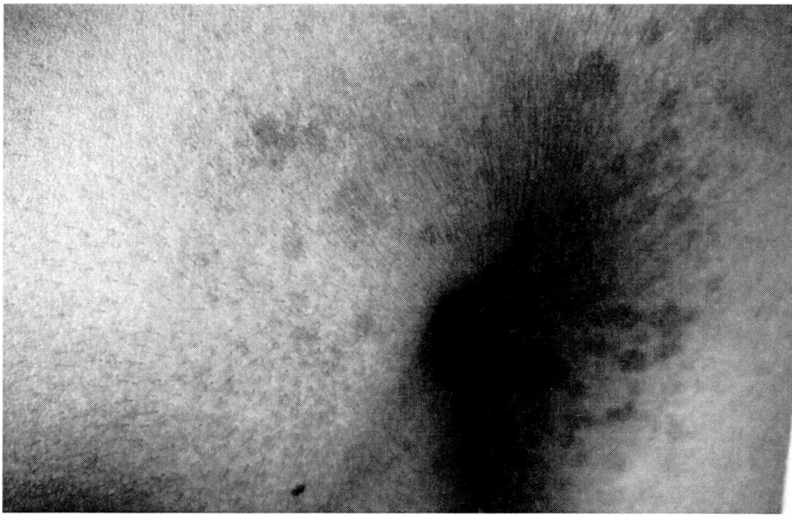

Tinea Versicolor
Photo Courtesy: Tirur Mission Hospital

ഒന്നോ രണ്ടോ പാടുകൾ മാത്രമുള്ളവർക്ക് ആന്റിഫംഗൽ ലേപനങ്ങൾ മതിയാകും. ശരീരത്തിൽ പടർന്നുപിടിച്ച ചുണങ്ങ് ഉള്ളവർക്ക് ആന്റിഫംഗൽ ഗുളികകൾ അകത്തേക്ക് കഴിക്കേണ്ടിവരും. ഇതിന് ഒരു ചർമ്മരോഗവിദഗ്ധന്റെ സഹായം ആവശ്യമാണ്.

FAQ

1. ചുണങ്ങ് ഒരു ഫംഗസ് രോഗമാണോ?

   യീസ്റ്റ് വിഭാഗത്തിൽപ്പെട്ട ഒരു ഫംഗസ് ആണ് ഇതിന് കാരണം.

2. ചുണങ്ങ് പകരുന്ന രോഗമാണോ?

   പകരാൻ സാധ്യതയുണ്ട്. വളരെ അടുത്ത് ഇടപഴകുമ്പോഴും പൊതു യാത്രാ സംവിധാനങ്ങളിൽ യാത്ര ചെയ്യുമ്പോഴും പകരാൻ സാധ്യതയുണ്ട്.

3. ചുണങ്ങ് ഒരിക്കൽ ചികിത്സിച്ച് മാറ്റിയാൽ പിന്നെയും വരാൻ സാധ്യതയുണ്ടോ?

   സാധ്യതയുണ്ട്. നമ്മുടെ കാലാവസ്ഥയും വസ്ത്രരീതികളുമൊക്കെ ഈ സാധ്യത വർദ്ധിപ്പിക്കുന്നു.

4. ചുണങ്ങ് വരാതിരിക്കാനെന്താണ് ചെയ്യേണ്ടത്?

   ചുണങ്ങ് മാറിയാലും വീണ്ടും വരാനുള്ള സാധ്യതയുണ്ട്. രണ്ടു നേരമെങ്കിലും കുളിക്കുക അയഞ്ഞ പരുത്തി വസ്ത്രങ്ങൾ ധരിക്കുക എന്നിവയാണ് ചെയ്യാവുന്ന കാര്യങ്ങൾ.

"Ringworm the only ring the girls doesn't want"
-Anonymous

വട്ടച്ചൊറി
(Ringworm or Tinea)

ഉഷ്ണമേഖലാ പ്രദേശമായ നമ്മുടെ രാജ്യത്ത് വളരെയധികം കണ്ടുവരുന്ന ഒരു ഫംഗസ് രോഗമാണ് വട്ടച്ചൊറി. ചർമ്മം, നഖങ്ങൾ, മുടി എന്നീ ഭാഗങ്ങളെ ഈ രോഗം ബാധിക്കാം. ചർമ്മത്തിലും, നഖത്തിലും, മുടിയിലുമുള്ള കെരാറ്റിൻ (Keratin) എന്ന പ്രോട്ടീൻ ആണ് ഈ ഫംഗസിന്റെ വാസസ്ഥലം.

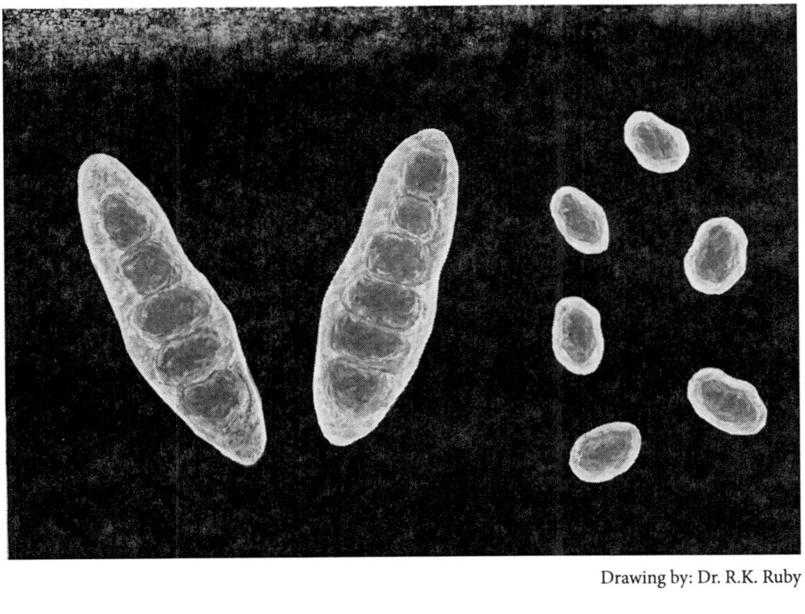

Drawing by: Dr. R.K. Ruby

ട്രൈക്കോഫൈറ്റൺ (Tricophyton), മൈക്രോസ്പോറം (Microsporum), എപ്പിഡെർമോഫൈറ്റൺ (Epidermophyton) എന്നിങ്ങനെയുള്ള മൂന്ന് തരത്തിൽപ്പെട്ട ഫംഗസുകളാണ് ഈ രോഗത്തിന് പൊതുവേ കാരണമായി കാണാറുള്ളത്.

ചൂടും ഈർപ്പവും നിറഞ്ഞ കാലാവസ്ഥ, സാമ്പത്തിക പരാധീനതയും സ്ഥലപരിമിതിയും മൂലം കുറച്ച് സ്ഥലത്ത് കുറേ ആളുകൾ ഒരുമിച്ച് താമസിക്കുന്ന സ്ഥിതി, കാലാവസ്ഥക്ക് അനുയോജ്യമല്ലാത്ത വസ്ത്രധാരണം, വൃത്തിയില്ലാത്ത പൊതുഗതാഗത സംവിധാനങ്ങൾ എന്നിവയൊക്കെയാണ് ഈ രോഗത്തെ സമൂഹത്തിൽ സജീവമായി നിലനിർത്തുന്നത്.

മറ്റു രോഗങ്ങൾക്ക് സ്റ്റിറോയിഡ് മരുന്നുകൾ ദീർഘകാലമായി കഴിക്കുന്നവരിലും പ്രമേഹ രോഗികളിലും മറ്റു രോഗങ്ങൾ കൊണ്ടോ മരുന്നുകൾ കൊണ്ടോ ശരീരത്തിന്റെ പ്രതിരോധശക്തി കുറഞ്ഞവരിലും രോഗസാധ്യത കൂടുതലാണ്.

യുവാക്കളിലും യുവതികളിലും അടുത്തകാലത്ത് കാണുന്ന നൈലോൺ അടിവസ്ത്രങ്ങളോടുള്ള പ്രതിപത്തി, ഈ രോഗത്തെ മാടിവിളിക്കുന്നതിന് തുല്യമാണ്. അടിവസ്ത്രങ്ങൾ എപ്പോഴും കോട്ടൺ ഉപയോഗിക്കുന്നതാണ് നമ്മുടെ കാലാവസ്ഥയ്ക്ക് അനുയോജ്യം.

രോഗലക്ഷണങ്ങൾ

രോഗം ബാധിക്കുന്ന ശരീരഭാഗങ്ങളെ ആസ്പദമാക്കി ഈ രോഗത്തെ തരംതിരിച്ചിട്ടുണ്ട്.

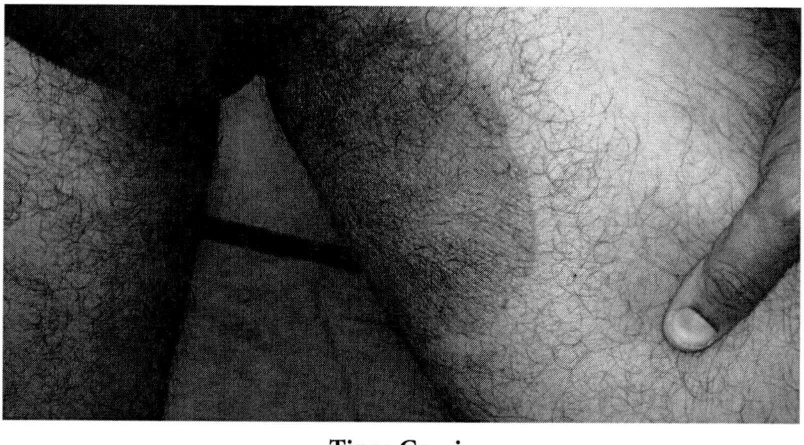

Tinea Cruris
Photo Courtesy: Dept Dermatology Christian Medical College, Vellore

ടീനിയ ക്രൂറിസ് (Tinea Cruris)

വട്ടച്ചൊറിയുടെ ഉപവിഭാഗങ്ങളിൽ ഏറ്റവും കൂടുതൽ കാണുന്ന വിഭാഗം ഇതാണ്. കാലിന്റെ ഒടിയിൽ (Groin) വരുന്ന വട്ടച്ചൊറിക്കാണ് ഈ പേരു നല്കിയിരിക്കുന്നത്. ഇളം ചുവപ്പ് നിറത്തിലോ, കറുപ്പ് നിറത്തിലോ ഉള്ള പാടുകളായാണ് ഈ രോഗത്തിന്റെ തുടക്കം. ശക്തമായ ചൊറിച്ചിലും, എരിച്ചിലും അനുഭവപ്പെടാറുണ്ട്. ശക്തമായ ചൊറിച്ചിൽ കൊണ്ടുണ്ടാകുന്ന ചെറിയ മുറിവുകളിൽ അണുബാധക്ക് സാധ്യതയുണ്ട് (Bacterial infection) പൊതുവേ പുരുഷന്മാരിലാണ് ഈ രോഗം കൂടുതലായി കാണപ്പെടുന്നത്.

ടീനിയ കോർപോറിസ് (Tinea Corporis)

ഉടലിലും, കൈകാലുകളിലും ബാധിക്കുന്ന വട്ടച്ചൊറിക്കാണ് ഈ പേരു വിളിക്കുന്നത്. വട്ടത്തിലോ, ദീർഘവൃത്താകൃതിയിലോ

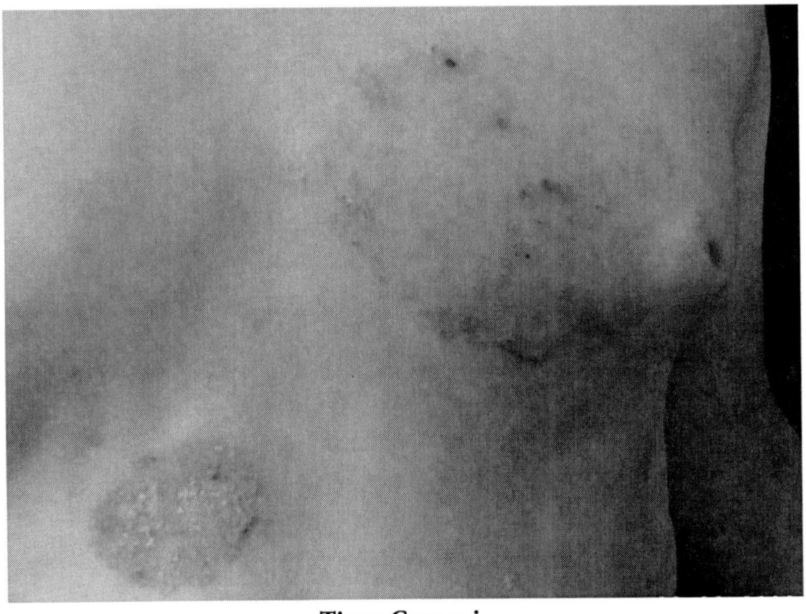

Tinea Corporis
Photo Courtesy: Tirur Mission Hospital

ഉള്ള പാടുകളോ, തടിപ്പോ, തിണർപ്പോ ആയാണ് ഈ രോഗം കാണപ്പെടുന്നത്. വൃത്തത്തിന്റെ ഏറ്റവും പുറം ഭാഗത്തിന് ഉൾഭാഗത്തേക്കാൾ കനംകൂടുതലായി കാണാം (Active border). വിയർക്കുമ്പോഴും രാത്രിയിലും ശക്തമായ ചൊറിച്ചിലാണ് അനുഭവപ്പെടുക.

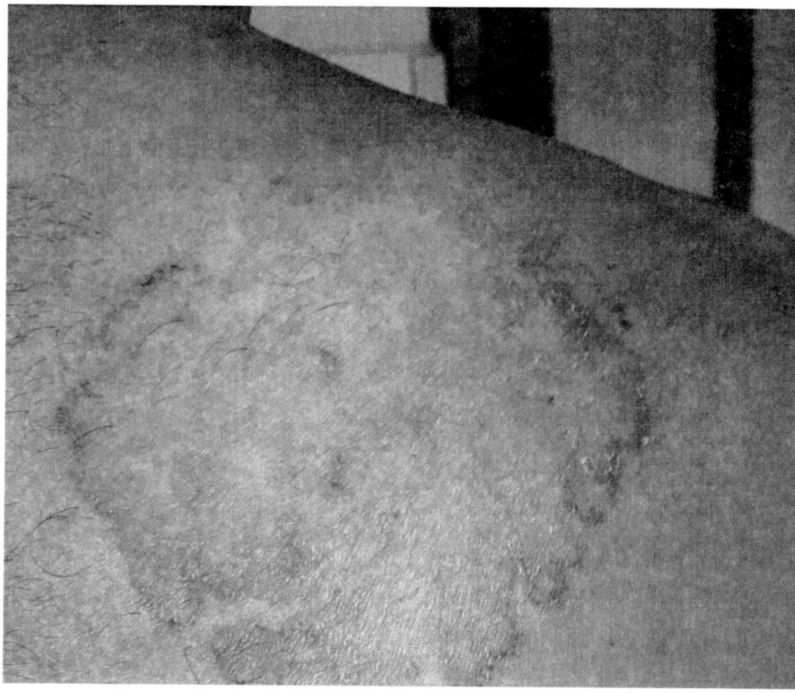

Tinea Corporis
Photo Courtesy: Tirur Mission Hospital

ടീനിയ പീഡിസ് (Tinea Pedis)

കാലിന്റെ പാദത്തിന് വരുന്ന ടീനിയ രോഗത്തിനാണ് ഈ പേര് നിർദ്ദേശിച്ചിരിക്കുന്നത്. കാലിന് ചൊറിച്ചിലും, ചിതമ്പലുപോലെയുള്ള ശൽക്കങ്ങളുമാണ് രോഗലക്ഷണം. ചിലർക്ക് വിരലുകൾക്കിടയിലുള്ള പൊട്ടലും, ചെറിയ കുമിളകളായും ഈ രോഗം കാണാറുണ്ട്.

ദീർഘനേരം ഷൂസ് ഉപയോഗിക്കുന്നവരിലും കാലിന് കൂടുതൽ വിയർപ്പ് അനുഭവപ്പെടുന്നവർക്കുമാണ് രോഗസാധ്യത കൂടുതൽ. സാധാരണ ത്വക്ക് രോഗങ്ങൾ രണ്ടു കാലുകളേയും ബാധിക്കുമ്പോൾ ടീനിയ പീഡിസ് അധികവും ഒരു കാലിന് മാത്രമാണ് ബാധിക്കാറുള്ളത്.

ടീനിയ ക്യാപ്പിറ്റിസ് (Tinea Capitis)

തലമുടിയെ ബാധിക്കുന്ന ടീനിയ രോഗത്തിനാണ് ഈ പേര് വിളിക്കുന്നത്. സാധാരണയായി കുട്ടികളിൽ മാത്രമാണ് ഈ രോഗ

ബാധ കാണാറുള്ളത്. ചെറിയ പാച്ച്കളായി മുടി പൊട്ടി പോകുന്നതും ചെറിയ തടിപ്പുകളുമാണ് രോഗലക്ഷണം. ചില കുട്ടികളിൽ ഇത് പതുപതുപ്പുള്ള ചെറിയ മുഴകളായി പ്രത്യക്ഷപ്പെടാറുണ്ട് (Kerion). തുടക്കത്തിലേ രോഗനിർണയം നടത്തി ചികിത്സിക്കുകയാണെങ്കിൽ കൂടുതൽ സങ്കീർണതകളില്ലാതെ രോഗശമനം സാധ്യമാണ്.

നഖത്തെ ബാധിക്കുന്ന ടീനിയ (Tinea Ungium)

നഖത്തിന്റെ ആകൃതിയിൽ വരുന്ന മാറ്റവും നിറവ്യത്യാസവും നഖത്തിന്റെ അടിയിൽ വരുന്ന തടിപ്പും ആണ് പ്രധാന ലക്ഷണങ്ങൾ. കൈയിലേയും കാലിലേയും നഖങ്ങളെ രോഗം ബാധിക്കാം. കാൽ നഖങ്ങളെ ബാധിക്കുമ്പോൾ ചികിത്സ കൂടുതൽ ദുഷ്കരമാണ്.

മണ്ണിലും ചെളിയിലും ജോലി ചെയ്യുന്നവരിലും കൈകാലുകളുടെ ശുചിത്വം അവഗണിക്കുന്നവരിലും രോഗസാധ്യത കൂടുതലാണ്.

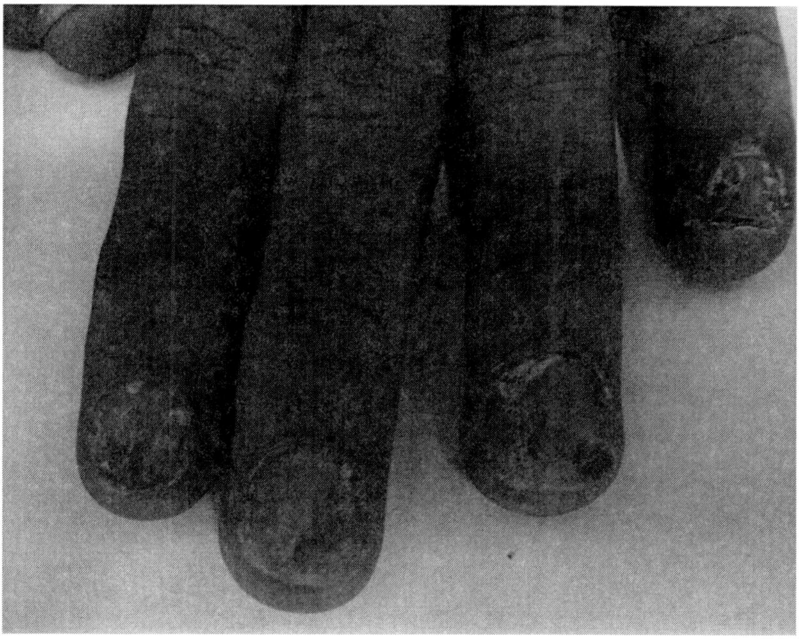

Tinea Ungium
Photo Courtesy: Tirur Mission Hospital

വേഷപ്രച്ഛന്നനായ വട്ടച്ചൊറി (Tinea incognito)

സാധാരണ ടീനിയ രോഗത്തിന്റെ ലക്ഷണങ്ങളൊന്നുമില്ലാതെ കാണുന്ന രോഗാവസ്ഥക്കാണ് ഈ പേര് വിളിക്കുന്നത്. രോഗികൾ സ്വയം ചികിത്സയായി വീര്യംകൂടിയ സ്റ്റിറോയിഡ് ലേപനങ്ങൾ ഉപയോഗിക്കുമ്പോഴാണ് ഈ പ്രതിസന്ധി രൂപപ്പെടുന്നത്. ഈ രോഗാവസ്ഥ പലപ്പോഴും തെറ്റായ രോഗനിർണ്ണയത്തിനും ചികിത്സയ്ക്കും കാരണമായേക്കാം. ഒരു ഡോക്ടർ രോഗ നിർണയം നടത്തുന്നതിന് മുൻപ് ഓയിൻമെന്റുകളും ക്രീമുകളും തൊലിയിൽ പുരട്ടുന്നത് ഒഴിവാക്കിയാൽ ഇത്തരമൊരു അവസ്ഥ വരാതെ തടയാനാകും.

ചികിത്സാരീതികൾ

വട്ടച്ചൊറി (Ringworm) ചികിത്സിച്ചാൽ പൂർണമായി മാറുന്ന രോഗമാണ്. കുടുംബ ഡോക്ടറുമായോ ചർമ്മരോഗവിദഗ്ധന്റെ കീഴിലോ തുടക്കത്തിലേ ചികിത്സ ആരംഭിക്കുന്നതാണ് ഉത്തമം.

വളരെ ചെറിയ തോതിൽ മാത്രം രോഗബാധയുള്ളവർക്ക് ആന്റിഫംഗൽ (Antifungal) ലേപനങ്ങൾ ഒരു ഡോക്ടറുടെ നിർദ്ദേശപ്രകാരം ഉപയോഗിച്ചാൽ മതിയാകും. ശരീരത്തിൽ പടർന്ന് പിടിച്ച രോഗമുള്ളവർക്കും ആന്റിഫംഗൽ ലേപനങ്ങൾ കൊണ്ട് ഗുണം ലഭിക്കാത്തവർക്കും ആന്റിഫംഗൽ ഗുളികകൾ ഉള്ളിലേക്ക് കഴിക്കേണ്ടിവരും (Systemic Antifungals).

ഗ്രീസിയോഫൾവിൻ (Griseofulvin), ഫ്ളൂക്കോണസോൾ (Fluconazole), ഇറ്റ്റാകോണസോൾ (Itraconazole), ടെർബിനാഫിൻ (Terbinafine) എന്നീ മരുന്നുകൾ ഇന്ത്യയിൽ ലഭ്യമാണ്.

ഈ മരുന്നുകളെല്ലാം ഒരു ചർമ്മരോഗ ഡോക്ടർ രോഗത്തിന്റെ കാഠിന്യമനുസരിച്ച് നിർദ്ദേശിക്കുന്ന അളവിലും കാലത്തേക്കും കൃത്യമായി കഴിക്കേണ്ടതാണ്. ഇതു കൂടാതെ അണുബാധയുള്ളവർക്ക് ആന്റിബയോട്ടിക്കുകളും, ചൊറിച്ചിൽ കുറക്കാൻ ചൊറിച്ചിൽ സംഹാരികളും (Antihistamines) ചികിത്സയുടെ ഭാഗമായി ആവശ്യമായി വന്നേക്കാം.

ഫംഗൽ പ്രതിരോധം (Fungal Drug resistance)

ഏറ്റവും ചെലവ് കുറഞ്ഞതും എളുപ്പത്തിലും ചികിത്സിച്ച് മാറ്റാൻ പറ്റുന്ന ഒരു ചർമ്മരോഗമായിരുന്നു വട്ടച്ചൊറി, പക്ഷേ ഇന്ന് ആ കഥയൊക്കെ മാറി. ഫംഗസുകൾ ഇന്ന് പല മരുന്നകളേയും അതിജീവിക്കാനുള്ള ശക്തിനേടിയിരിക്കുന്നു.

ഈ പ്രശ്നം വട്ടച്ചൊറിയുടെ ചികിത്സയെ പലപ്പോഴും സങ്കീർണ്ണമാക്കുന്നുണ്ട്. ഇതിന് പല കാരണങ്ങളുണ്ട്. സ്റ്റിറോയിഡ് ചേർന്ന ലേപനങ്ങളുടെ വ്യാപകമായ ദുരുപയോഗം, രോഗികൾ മരുന്നുകൾ ശരിയായി കഴിക്കുന്നതിൽ വരുത്തുന്ന വീഴ്ച, ഫംഗസിന്റെ ഘടനയിൽ വരുന്ന മാറ്റങ്ങൾ എന്നിവ ചിലതു മാത്രം.

എങ്ങനെ തടയാം?

1. അയഞ്ഞ പരുത്തി വസ്ത്രങ്ങൾ ഉപയോഗിക്കുക. ഇറുകിയ നൈലോൺ, പോളിസ്റ്റർ വസ്ത്രങ്ങൾ തീർത്തും ഒഴിവാക്കുക.
2. രണ്ടു നേരമെങ്കിലും സോപ്പ് ഉപയോഗിച്ച് വൃത്തിയായി കുളിക്കുക.
3. പൊതുയാത്രാ സംവിധാനങ്ങളിലും പൊതുചടങ്ങുകളിലും പങ്കെടുത്താൽ വീട്ടിലെത്തി കുളിക്കുന്നത് ശീലമാക്കുക.
4. വിയർപ്പ് പുരണ്ട വസ്ത്രങ്ങൾ കഴുകി വെയിലത്ത് ഉണക്കിയതിന് ശേഷം മാത്രം വീണ്ടും ഉപയോഗിക്കുക.
5. വീട്ടിൽ വട്ടച്ചൊറി ബാധിച്ച രോഗിയുണ്ടെങ്കിൽ ചികിത്സ കഴിയുന്നതുവരെ അവരുടെ വസ്ത്രങ്ങൾ മാറ്റിയിട്ട് അലക്കുക.

ഇത്രയൊക്കെ ശ്രദ്ധിച്ചാൽ രോഗബാധ ഒരു പരിധിവരെ തടയാൻ സാധിക്കും.

"An inefficient virus kills its host,
A clever virus stays with it"
-James Lovelock

പാലുണ്ണി
(Molluscum Contagiosum)

പാലുണ്ണി എന്ന പേരു തന്നെ വളരെ കൗതുകം ഉളവാക്കുന്നതാണ്. പാല് കുടിക്കുന്ന കുട്ടികൾക്ക് വരുന്ന അസുഖമാണെന്ന് കരുതി ഏതോ ഒരു രസികൻ ഇട്ട പേരായിരക്കാനാണ് സാധ്യത. പാല് വീഴുന്ന സ്ഥലത്ത് വരുന്നതെന്നും പറയാറുണ്ട്. പേര് സൂചിപ്പിക്കുന്നതുപോലെ തന്നെ ഇത് കുട്ടികൾക്ക് വരുന്ന ഒരു രോഗമാണ്. 10 വയസ്സിന് താഴെയുള്ള കുട്ടികളിലാണ് ഈ രോഗം കൂടുതലായി

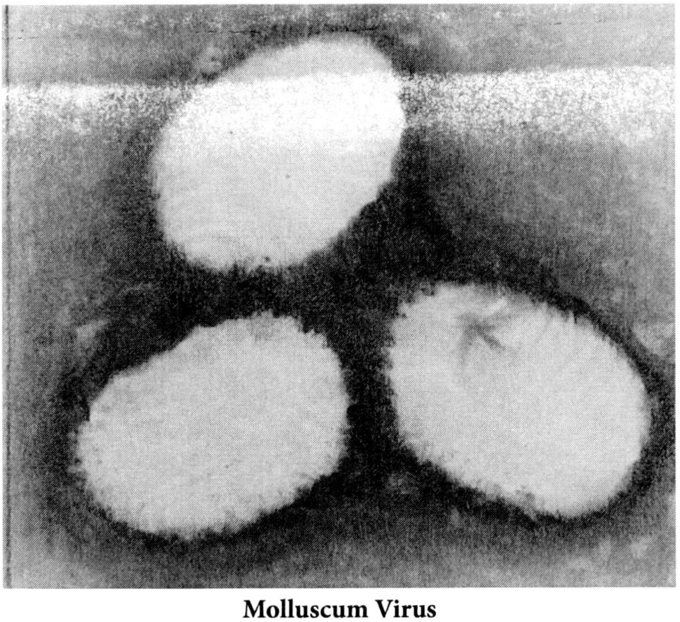

Molluscum Virus
Drawing by: Viju K Kootilangadi

കണ്ടു വരുന്നത്. ചൂടും ഈർപ്പവുമുള്ള കാലാവസ്ഥയിലാണ് ഈ രോഗം കൂടുതൽ പടരുന്നത്.

പോക്സ് (POX) വിഭാഗത്തിൽപ്പെട്ട മൊളസ്കംകണ്ടേജിയോസം വൈറസാണ് ഈ രോഗത്തിന് കാരണം.

രോഗലക്ഷണം

ചെറിയ ഉണലുകളും അതിന്റെ നടുക്ക് ചെറിയ ഒരു കുഴിയുമാണ് (Umbilicated papules) ഈ രോഗത്തിന്റെ ലക്ഷണം. 1 മുതൽ 5-mm വരെ വലുപ്പത്തിൽ ഇവ പ്രത്യക്ഷപ്പെടാം. മുഖം കക്ഷം, വയറിന്റെ ഭാഗം എന്നിവിടങ്ങളിലാണ് രോഗം കുടുതലായി കണ്ടുവരുന്നത്. ഒരു രോഗിയിൽ ഒന്ന് മുതൽ അനേകം ഉണലുകൾ വരെ ഉണ്ടാകാം. കൺപോളകളെയും കണ്ണിനെയും അപൂർവ്വമായി ഈ രോഗം ബാധിക്കാറുണ്ട്. പ്രായപൂർത്തിയായവരിൽ ഒരു ലൈംഗിക രോഗമായി പാലുണ്ണി കാണാറുണ്ട്. HIV രോഗികളിലും ശരീരത്തിന്റെ പ്രതിരോധശക്തി കുറഞ്ഞവരിലും രോഗത്തിന്റെ രൂക്ഷത കൂടുതലാണ്.

Molluscum Contagiosum
Photo Courtesy: Dr. K.T. Ashique, Amanza Skin Clinic, Perinthalmanna

മറ്റ് വൈറസ് രോഗങ്ങളെപ്പോലെ ഭയപ്പെടേണ്ട ഒരു രോഗമല്ല പാലുണ്ണി. പ്രത്യേക ചികിത്സകളൊന്നുമില്ലാതെ തന്നെ മാസങ്ങൾക്ക് ശേഷം പലരിലും രോഗം അപ്രത്യക്ഷമാകാറുണ്ട്. ക്രയോതെറാപ്പി (Cryotherapy), നീഡ്‌ലിങ്ങ് (Needling) തുടങ്ങിയ ചികിത്സകൾ ഫലപ്രദമാണ്. അണുബാധയുള്ളവർക്ക് ആന്റിബയോട്ടിക് ഗുളികകളോ ലേപനങ്ങളോ ആവശ്യമായി വന്നേക്കാം.

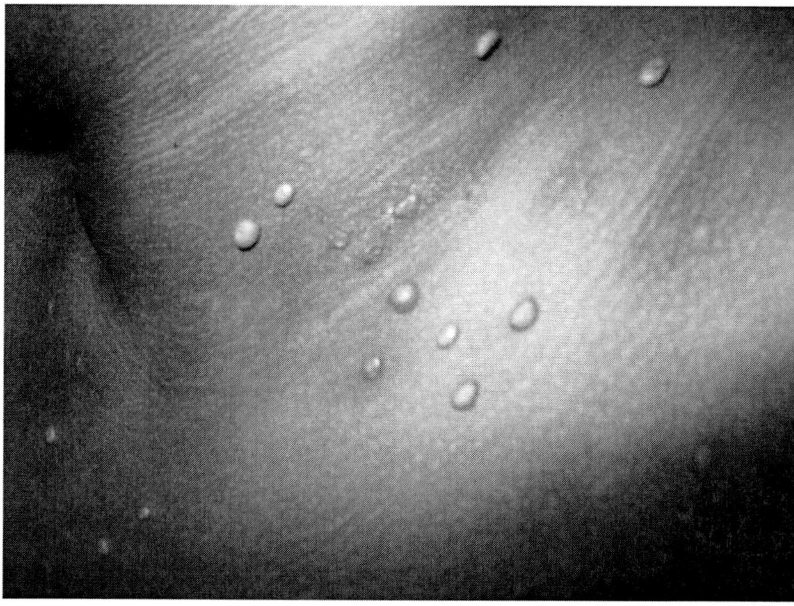

Molluscum Contagiosum
Photo Courtesy: Dr. K.T. Ashique, Amanza Skin Clinic, Perinthalmanna

FAQ

1. പാലുണ്ണി പകരുന്ന രോഗമാണോ?

   പകരുന്ന രോഗമാണ്. കുട്ടികൾ കളിക്കുമ്പോഴും അടുത്ത് ഇട പഴകുമ്പോഴുമാണ് രോഗം പകരുന്നത്.

2. പാലുണ്ണി പൊട്ടിച്ചു കളഞ്ഞാൽ പോകുമെന്ന് പറയുന്നത് ശരിയാണോ?

   ശരിയല്ല, പൊട്ടിക്കുമ്പോൾ വൈറസ് പുറത്തുവരികയും നീര് ഒഴുകുന്ന ഭാഗങ്ങളിൽ പുതിയ ഉണലുകൾ ഉണ്ടാകാനും സാധ്യതയുണ്ട്.

3. പാലുണ്ണി പകരാതിരിക്കാൻ എന്തു ചെയ്യണം?

   രോഗമുള്ളവരുമായി അടുത്ത് ഇടപഴകാതിരിക്കുക. രോഗമുള്ള കുട്ടികളെ എത്രയും പെട്ടെന്ന് ചികിത്സിച്ചാൽ സ്കൂളിൽ അടുത്തിരിക്കുന്ന കുട്ടികൾക്ക് പകരാതെ തടയാം. ഇതു മാതാപിതാക്കൾ ശ്രദ്ധിക്കേണ്ടതാണ്.

"My songs grow on people like Warts."
-Glen Frey

അരിമ്പാറ
(Verruca / Viral Wart)

അരിമ്പാറ അല്ലെങ്കിൽ കരിമ്പാറ എന്നറിയപ്പെടുന്ന ഈ രോഗം ഒരു വൈറസ് രോഗമാണ് (Viral infection). ചർമ്മത്തെ മാത്രം ബാധിക്കുന്ന ഹ്യൂമൻ പാപ്പിലോമ വൈറസ് (HPV) ആണ് ഈ രോഗം ഉണ്ടാക്കുന്നത്. ഏകദേശം 150 ഓളം തരത്തിൽപ്പെട്ട HPV വൈറസുകളെ ശാസ്ത്രം തിരിച്ചറിഞ്ഞിട്ടുണ്ട്.

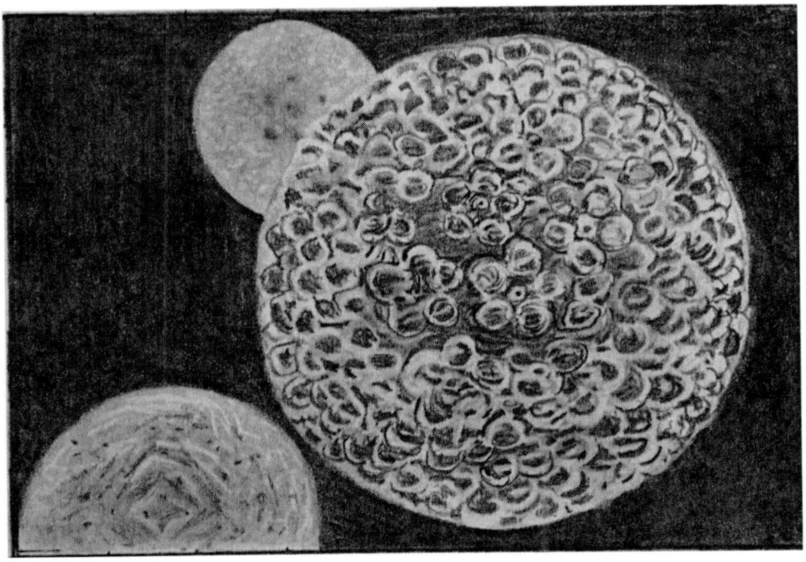

Human PapilLoma Virus
Drawing by: Viju K Kootilangadi

ഏതു പ്രായക്കാരേയും ബാധിക്കുന്ന രോഗമാണെങ്കിലും കുട്ടികളിലും, ചെറുപ്പക്കാരിലുമാണ് ഈ രോഗം കൂടുതലായി കാണപ്പെടുന്നത്.

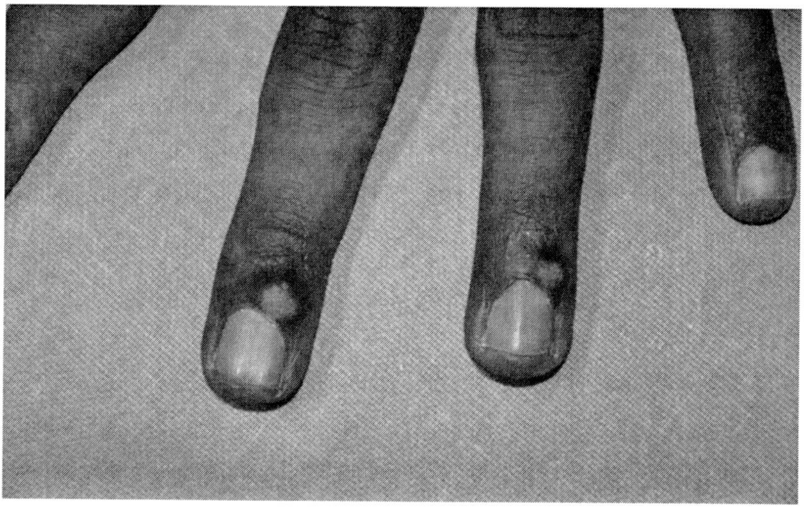

Verruca Vulgaris
Photo Courtesy: Department of Dermatology, Christian Medical College, Vellore

പ്രമേഹ രോഗികളിലും, അവയവമാറ്റ ശസ്ത്രക്രിയക്ക് വിധേയമായവരിലും, HIV രോഗികളിലും, സ്റ്റിറോയ്ഡ് മരുന്നുകൾ വളരെ നാളായി കഴിക്കുന്നവരിലും ഈ രോഗബാധയും രോഗത്തിന്റെ തീവ്രതയും കൂടുതലാണ്.

രോഗവ്യാപനം

ഒരു വൈറസ് രോഗമായതു കൊണ്ടു തന്നെ ഇത് ഒരു പകരുന്ന രോഗമാണ്. രോഗിയുമായി അടുത്ത് ഇടപഴകുമ്പോഴാണ് രോഗം പകരുന്നത്. രോഗം ബാധിച്ച ഭാഗത്ത് ഉണ്ടാകുന്ന അതിസൂഷ്മമായ മുറിവിലൂടെയാണ് വൈറസ് പുറ ത്തുവരുന്നത്. സ്കൂളുകളും ഹോസ്റ്റലുകളുമെല്ലാം ഇതിന്റെ പ്രഭവകേന്ദ്രങ്ങളായി പ്രവർത്തിക്കുന്നു. അടുത്ത് ഇടപഴകുന്ന കായിക വിനോദങ്ങളിലൂടെയും രോഗപകർച്ചക്ക് സാധ്യതയുണ്ട്.

രോഗലക്ഷണങ്ങൾ

ചെറിയ പരുപരുത്ത ചർമ്മ വളർച്ചകളായാണ് ഈ രോഗത്തിന്റെ തുടക്കം. പിന്നീട് ഇവ കട്ടികൂടി ചർമ്മത്തിന്റെ പ്രതലത്തിൽ നിന്നും

ഉയർന്ന് തടിപ്പുകളായി നിൽക്കുന്നു. കൈകളും, കാലുകളും, മുഖവു മാണ് ഈ രോഗത്തിന്റെ ഇഷ്ടപ്പെട്ട ശരീരഭാഗങ്ങൾ. ശരീരത്തിന്റെ ഒരു ഭാഗത്ത് രോഗമുണ്ടായാൽ മറ്റു ഭാഗങ്ങളിലേക്കും പകരുന്നത് സാധാ രണമാണ് (Auto inoculation).

രോഗത്തിന്റെ രൂപ ഭാവങ്ങൾ അനുസരിച്ച് അരിമ്പാറയെ പല വിഭാഗ ങ്ങളായി തരംതിരിച്ചിട്ടുണ്ട്. അവയിൽ പ്രധാനപ്പെട്ടവ.

1. **സാധാരണ അരിമ്പാറ (Verruca Vulgaris)**

   കൈകാലുകളിലാണ് ഇത് കൂടുതലായി കാണപ്പെടുന്നത്. ഇത് നഖ ത്തെയും ബാധിക്കാറുണ്ട്.

2. **പരന്ന അരിമ്പാറ (Verruca Plana)**

   മറ്റു അരിമ്പാറകളെ അപേക്ഷിച്ച് ഇതിന്റെ പ്രതലം പരന്നതായി രിക്കും. മുഖത്തും കൈകാലുകളിലുമാണ് കൂടുതലായി കാണ പ്പെടുന്നത്.

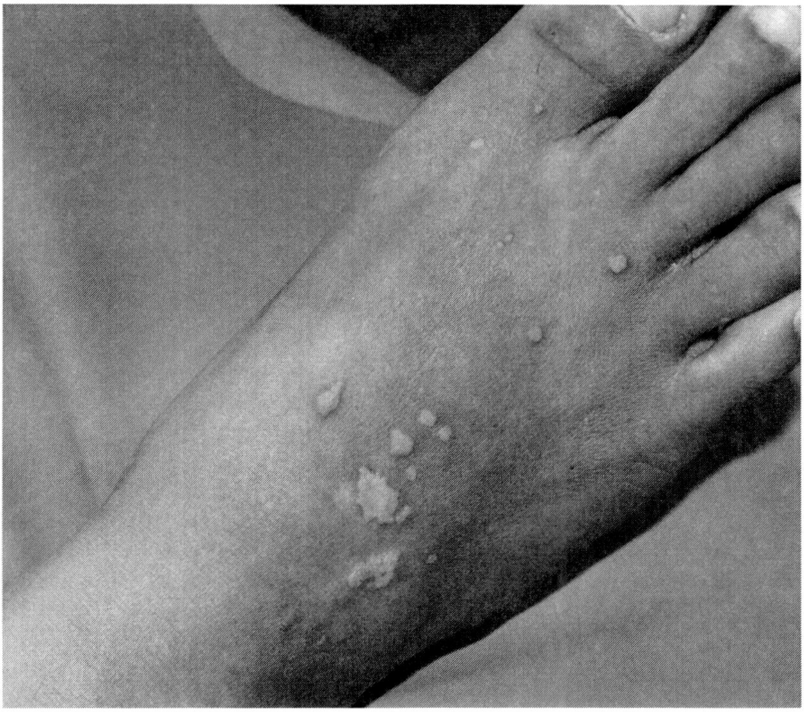

Verruca Vulgaris

Photo Courtesy: Department of Dermatology, Christian Medical College, Vellore

3. ഫൈലിഫോം അരിമ്പാറ (Filiform Wart)

ചർമ്മത്തിൽ നിന്ന് വിരലുകൾ പോലെ നീണ്ടു നിൽക്കുന്ന തരമാണ് ഇത്. മുഖത്താണ് ഇത് കൂടുതലായി കണ്ടുവരുന്നത്.

4. കാലിലും കൈയിലും വരുന്ന അരിമ്പാറ (Plantar & Palmar Wart)

കാലിന്റെ അടിഭാഗത്തും, ഉള്ളം കൈയിലുമാണ് ഈ രോഗം കാണുന്നത്. അരിമ്പാറ സാധാരണഗതിയിൽ വേദനയോ ചൊറിച്ചിലോ ഉണ്ടാക്കുന്ന രോഗമല്ലെങ്കിലും കാലിനടിയിലെ അരിമ്പാറ പലപ്പോഴും രോഗിക്ക് വേദനയുണ്ടാക്കാറുണ്ട്.

ചികിത്സ

അല്പം ക്ഷമയോടെ ചികിത്സിക്കേണ്ട രോഗമാണ് അരിമ്പാറ. പലരും ചെറിയ തോതിലുള്ള അരിമ്പാറ. ചികിത്സിക്കാനേ തുനിയാറില്ല. കാര്യമായ സങ്കീർണതകൾ ഒന്നും ഉണ്ടാക്കാത്ത രോഗമാണ് അരിമ്പാറയെങ്കിലും, കാഴ്ചയിലുണ്ടാകുന്ന അരോചകതയാണ് പലരേയും ചികിത്സ തേടാൻ പ്രേരിപ്പിക്കുന്നത്.

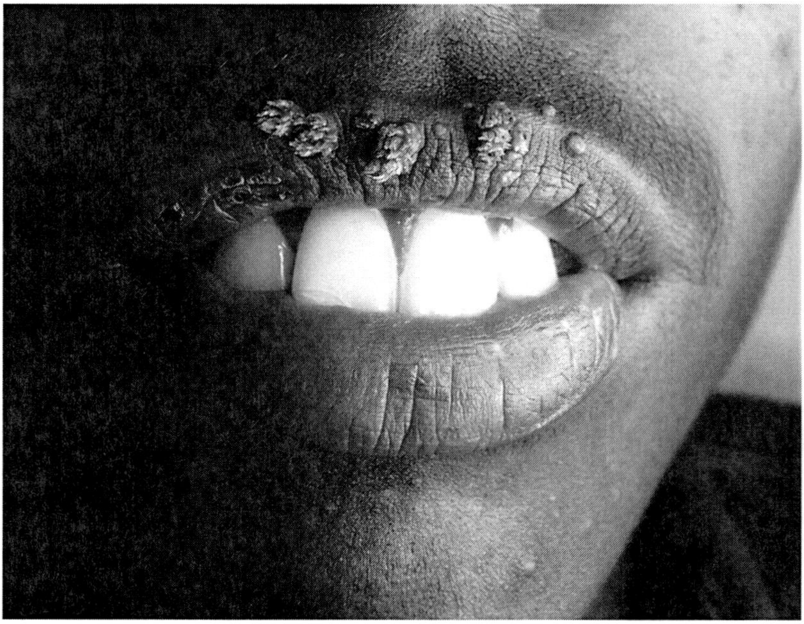

Filiform wart

Photo Courtesy: Department of Dermatology, Christian Medical College,Vellore

Verruca Vulgaris
Photo Courtesy: Department of Dermatology, Christian Medical College,Vellore

സാലിസിലിക്ക് ആസിഡ് (Salicylic acid) ചേർന്ന ലേപനങ്ങളാണ് അരിമ്പാറയുടെ ചികിത്സക്ക് ഏറ്റവും കൂടുതലായി ഉപയോഗിക്കുന്നത്. ഇത് പലവീര്യത്തിലും ലഭ്യമാണ്. ലേപനങ്ങൾ കൊണ്ട് രോഗം മാറാത്ത രോഗികൾക്ക് ഇലക്ട്രോകോട്ടറി, (Electrocautery) ദ്രവരൂപത്തിലുള്ള നൈട്രജൻ ഉപയോഗിച്ചുള്ള ക്രയോതെറാപ്പി (Cryotherapy) എന്നിവ ലഭ്യമാണ്.

മറ്റു രോഗങ്ങൾ മൂലം ശരീരത്തിന്റെ പ്രതിരോധ ശക്തി കുറഞ്ഞവരിലും HIV ബാധിതരിലും ചികിത്സ ദുഷ്കരമാണ്.

"To itch is humane, to scratch is divine''
-Anonymous

സ്കാബീസ്
(Scabies)

മനുഷ്യരാശിയോളം തന്നെ പഴക്കമുള്ള ഒരു രോഗമാണ് സ്കാബീസ്. പുരാതന റോമിലെ സെൽഷ്യസ് (Celsius) എന്ന ഭിഷഗ്വരനാണ് സ്കാബീസ് എന്ന പേര് ഈ രോഗത്തിന് ആദ്യമായി ഉപയോഗിക്കുന്നത്.

സ്കാബെയർ (Scabere) എന്ന ലാറ്റിൻ വാക്കിന്റെ അർത്ഥം ചൊറിയുക എന്നാണ്, ഈ വാക്കിൽ നിന്നാണ് സ്കാബീസ് എന്ന വാക്കിന്റെ ഉത്ഭവം.

SCABIES MITE
Drawing by: Viju K Kootilangadi

1687ൽ ജിയോവാണി കോസിമോ ബൊനോമോ. (Giovanni Cosimo Bonomo) എന്ന ഇറ്റാലിയൻ ഡോക്ടറാണ് സ്കാബീസിന്റെ കാരണമായ സാക്രോപ്റ്റിസ് സ്കാബീസ് (Sacroptes scabies) എന്ന നഗ്ന നേത്രങ്ങൾ കൊണ്ട് കാണുവാൻ പ്രയാസമുള്ള ഈ പേനിനെ (Mite) കണ്ടുപിടിച്ചത്. മനുഷ്യരാശിയുടെ ചരിത്രത്തിൽ ഒരു രോഗത്തിന് കാരണം കണ്ടുപിടിക്കുന്നത് ഇതോടെയാണ് എന്ന സവിശേഷത ഈ കണ്ടുപിടുത്തത്തിനുണ്ട്.

സാക്രോപ്റ്റിസ് സ്കാബീസ് (Sacroptes Scabies)

നേരത്തെ സൂചിപ്പിച്ചതുപോലെ സാക്രോപ്റ്റിസ് സ്കാബീസ് വാർ ഹോമിനിസ് (Sacroptes Scabies) എന്ന സൂക്ഷ്മജീവിയായ പേനാണ് രോഗകാരണം.

കുട്ടികളിലാണ് ഈ രോഗം സാധാരണയായി കാണുന്നതെങ്കിലും, ഏതു പ്രായക്കാരേയും ബാധിക്കാം. വളരെ എളുപ്പത്തിൽ ഒരാളിൽ നിന്ന് മറ്റൊരാളിലേക്ക് പകരുന്ന രോഗമാണ് സ്കാബീസ്. മോശമായ സാമ്പത്തികസ്ഥിതി കൊണ്ട്, വളരെയധികം ആളുകൾ തിങ്ങിപാർക്കുന്ന അവസ്ഥ; സ്കൂൾ, ഹോസ്റ്റലുകൾ, വൃദ്ധമന്ദിരങ്ങൾ, ജയിലുകൾ എന്നിവയൊക്കെയാണ് ഈ രോഗത്തിന്റെ വിളനിലങ്ങൾ.

രോഗിയുമായി അടുത്തു ഇടപഴകുമ്പോഴാണ് ഈ രോഗം പകരുന്നത്. രോഗി ഉപയോഗിച്ച വസ്ത്രങ്ങൾ, കിടക്കവിരികൾ, പുതപ്പ് എന്നിവയിൽ നിന്ന് രോഗം പകരുവാനുള്ള സാധ്യതയുണ്ട്.

രോഗലക്ഷണങ്ങൾ

അസഹനീയമായ ചൊറിച്ചിലാണ് ഈ രോഗത്തിന്റെ പ്രധാന ലക്ഷണം, രാത്രിയിലാണ് ചൊറിച്ചിൽ കൂടുന്നത് എന്നതുകൊണ്ട് പലരോഗികൾക്കും ഉറക്കം നഷ്ടപ്പെടാറുണ്ട്. പുരുഷന്മാർക്ക് ജനനേന്ദ്രിയത്തിലും സ്ത്രീകൾക്ക് മാറിടത്തിലുമാണ് കൂടുതൽ ചൊറിച്ചിൽ അനുഭവപ്പെടുന്നത്. കൈവിരലുകൾക്കിടയിലും കക്ഷത്തിലും ശക്തമായ ചൊറിച്ചിൽ അനുഭവപ്പെടാം.

ചൊറിച്ചിൽ മൂലമുണ്ടാകുന്ന മുറിവുകളിൽ അണുക്കൾ (Bacteria) കയറി പഴുപ്പ് ഉണ്ടാകാനും, സമയത്ത് ചികിത്സിച്ചില്ലെങ്കിൽ കൂടുതൽ ഭാഗത്തേക്ക് വ്യാപിക്കാനും സാധ്യതയുണ്ട്. ഇത്തരത്തിലുള്ള അണുവ്യാപനം അപൂർവ്വം ചില രോഗികളിൽ വൃക്കയുടെ പ്രവർത്തനത്തെ ബാധിക്കുവാൻ സാധ്യതയുണ്ട്. സാധാരണയായി കുട്ടികളിലാണ്

ഈ പ്രശ്നം കണ്ടുവരുന്നത്. മൂത്രത്തിന് ചുവപ്പ് നിറം, മുഖത്തും, കൺപോളകളിലും നീര് എന്നിവയാണ് ഇതിന്റെ ലക്ഷണങ്ങൾ.

വളരെ ചെറിയ കുട്ടികളിലും, വളരെ പ്രായമായവരിലും സ്കാബീസ് രോഗലക്ഷണങ്ങൾ വ്യത്യസ്തമായേക്കാം.

ചികിത്സ

ശരിയായ രോഗനിർണ്ണയം നടത്തിയാൽ എളുപ്പത്തിൽ ചികിത്സിച്ച് ഭേദമാക്കാൻ സാധിക്കുന്ന രോഗമാണ് സ്കാബീസ്.

പെർമിത്രിൻ (Permethrin) എന്ന മരുന്ന് കഴുത്തിന് താഴെ ശരീരത്തിൽ മുഴുവൻ രാത്രി പുരട്ടി രാവിലെ കഴുകി കളയുന്നതാണ് ഇപ്പോൾ പൊതുവേ സ്വീകരിച്ചിരിക്കുന്ന രീതി. ഇത് ഒരു ഡോക്ടറുടെ നിർദ്ദേശപ്രകാരം കൃത്യമായി ചേയ്യേണ്ടതാണ്. ചില രോഗികളിൽ ഒരാഴ്ചക്ക് ശേഷം വീണ്ടും ഒരിക്കൽകൂടി മരുന്ന് ഉപയോഗിക്കേണ്ടിവന്നേക്കാം.

ഒരു വീട്ടിൽ താമസിക്കുന്ന എല്ലാവർക്കും, ഹോസ്റ്റലാണെങ്കിൽ ഒരു മുറിയിൽ താമസിക്കുന്ന എല്ലാവരും ഒരുമിച്ച് ചികിത്സ ചെയ്യേണ്ടത് അത്യാവശ്യമാണ്.

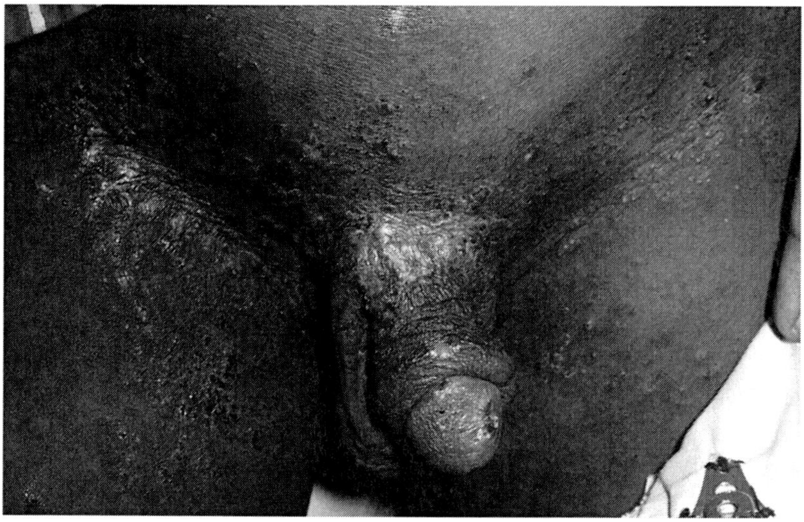

SCABIES MALE GENITALIA
Photo Courtesy: Dr. K.T. Ashique, Amanza Skin Clinic, Perinthalmanna

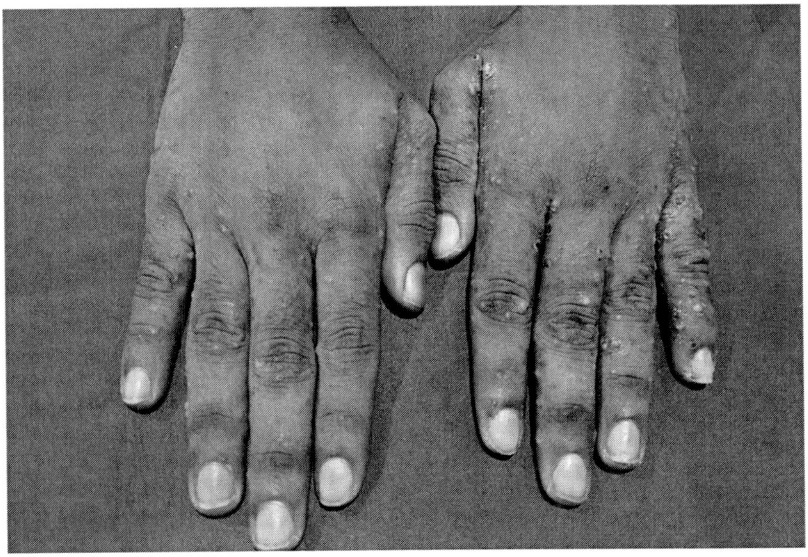

SCABIES IN INTER DIGITAL AREA
Photo Courtesy: Dr. K.T. Ashique, Amanza Skin Clinic, Perinthalmanna

ചൊറിച്ചിൽ സംഹാരികളും, പഴുപ്പ് ഉണ്ടെങ്കിൽ ആന്റിബയോട്ടിക്കുകളും ചികിത്സയ്ക്ക് ആവശ്യമാണ്.

രോഗി ഉപയോഗിച്ച വസ്ത്രങ്ങളും, കിടക്കവിരികളും മറ്റും ചൂടുവെള്ളത്തിൽ കഴുകി വെയിലത്ത് ഉണക്കുന്നത് വസ്ത്രത്തിൽ ഉണ്ടാകാൻ സാധ്യതയുള്ള രോഗാണുക്കളെ നശിപ്പിക്കുന്നതിന് നല്ലതാണ്.

FAQ

1. സ്കാബീസ് പകരുന്ന രോഗമാണോ?

   വളരെ എളുപ്പത്തിൽ പകരുന്ന രോഗമാണ്. ഒരു വീട്ടിൽ ഒരംഗത്തിന് രോഗമുണ്ടെങ്കിൽ മറ്റുള്ളവർക്ക് സമ്പർക്കത്തിലൂടെ പകരാനുള്ള സാധ്യത വളരെ കൂടുതലാണ്.

2. സ്കാബീസിനെ മറ്റ് ചൊറിച്ചിലുള്ള രോഗങ്ങളിൽ നിന്ന് എങ്ങനെ തിരിച്ചറിയാം?

   സ്കാബീസ് രോഗത്തിന്റെ ചൊറിച്ചിൽ പൊതുവേ രാത്രിയാണ് കൂടുതൽ അനുഭവപ്പെടുന്നത്. ഒരുവീട്ടിൽ അല്ലെങ്കിൽ ഒരു മുറിയിൽ താമസിക്കുന്ന പലർക്കും ചൊറിച്ചിൽ അനുഭവപ്പെട്ടാൽ സ്കാബീസ് സംശയിക്കേണ്ടതാണ്.

3. സ്കാബീസ് ഒരിക്കൽ ചികിത്സിച്ച് മാറ്റിയാൽ വീണ്ടും വരാൻ സാധ്യതയുണ്ടോ?

   സാധ്യതയുണ്ട്, സ്കാബീസ് ഉള്ള രോഗിയുമായി സമ്പർക്കത്തിൽ വന്നാൽ വീണ്ടും വരാം.

4. സ്കാബീസ് എത്രനാൾകൊണ്ട് പൂർണമായും ചികിത്സിച്ച് മാറ്റാം?

   സ്കാബീസിന്റെ പേൻ (Mite) ചികിത്സ കൊണ്ട് പെട്ടെന്ന് നശിക്കുമെങ്കിലും ചൊറിച്ചിൽ വിട്ടുമാറാൻ ഒരാഴ്ച മുതൽ രണ്ടാഴ്ച വരെ എടുത്തേക്കാം.

5. സ്കൂളുകളിലും, ഹോസ്റ്റലുകളിലും രോഗം പകരുന്നത് തടയാൻ എന്തുചെയ്യണം?

   രോഗമുള്ളവരെയും അവരുമായി ഇടപഴകിയവരെയും ഒരുമിച്ച് എത്രയും പെട്ടെന്ന് ചികിത്സിക്കുക.

6. വൃക്കയുടെ പ്രവർത്തനത്തെ ബാധിക്കാതിരിക്കാൻ എന്തു ചെയ്യണം?

   കുട്ടികളിലാണ് ഈ രോഗത്തിന്റെ സങ്കീർണ്ണത കൂടുതലായി കണ്ടുവരുന്നത്. ചൊറിച്ചിൽ മൂലമുണ്ടാകുന്ന ചെറിയ മുറിവുകളിൽ അണുബാധയുണ്ടാകുന്നതാണ് ഇതിന് കാരണം. എത്രയും പെട്ടെന്ന് അണുബാധ ചികിത്സിച്ച് മാറ്റുക എന്നതാണ് ഇത് ഒഴിവാക്കാനുള്ള മാർഗം.

"മുഖക്കുരു മുളയ്ക്കുന്ന കവിളിലെ കസ്തൂരി നഖം
ക്ഷതം കൊണ്ട് ഞാൻ കവർന്നെടുക്കും."

മാങ്കൊമ്പ് ഗോപാലകൃഷ്ണൻ

(അയലത്തെ സുന്ദരി, 1974)

മുഖക്കുരു
(Acnes)

കൗമാരപ്രായക്കാരിൽ സാധാരണയായി കാണുന്ന ഒരു പ്രശ്നമാണ് മുഖക്കുരു. 16 മുതൽ 18 വയസ്സ് പ്രായമുള്ളവരെ എടുക്കുകയാണെങ്കിൽ 75 മുതൽ 80 ശതമാനം പേരിലും ഈ പ്രശ്നം ചെറിയ തോതിലെങ്കിലും കാണാം. പൊതുവേ എണ്ണമയം കൂടിയ ചർമ്മമുള്ളവരിലാണ് മുഖക്കുരു കൂടു തലായി കാണപ്പെടുന്നത്. ആൺകുട്ടികളിലും പെൺകുട്ടികളിലും ഈ രോഗം ഒരുപോലെ കാണുന്നുണ്ടെങ്കിലും, രോഗത്തിന് കാഠിന്യം കൂടുതൽ ആൺകുട്ടികളിലാണ്.

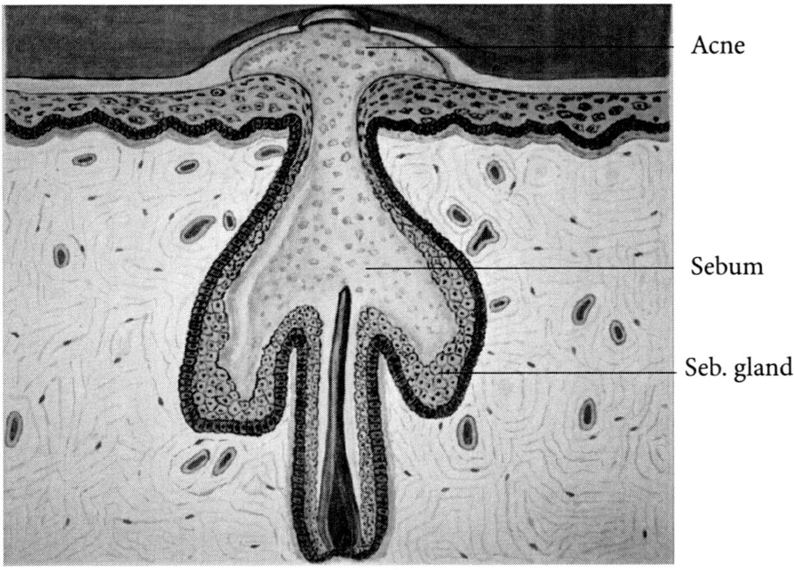

Acne Pathogenesis
Drawing by : Dr. R.K. Ruby

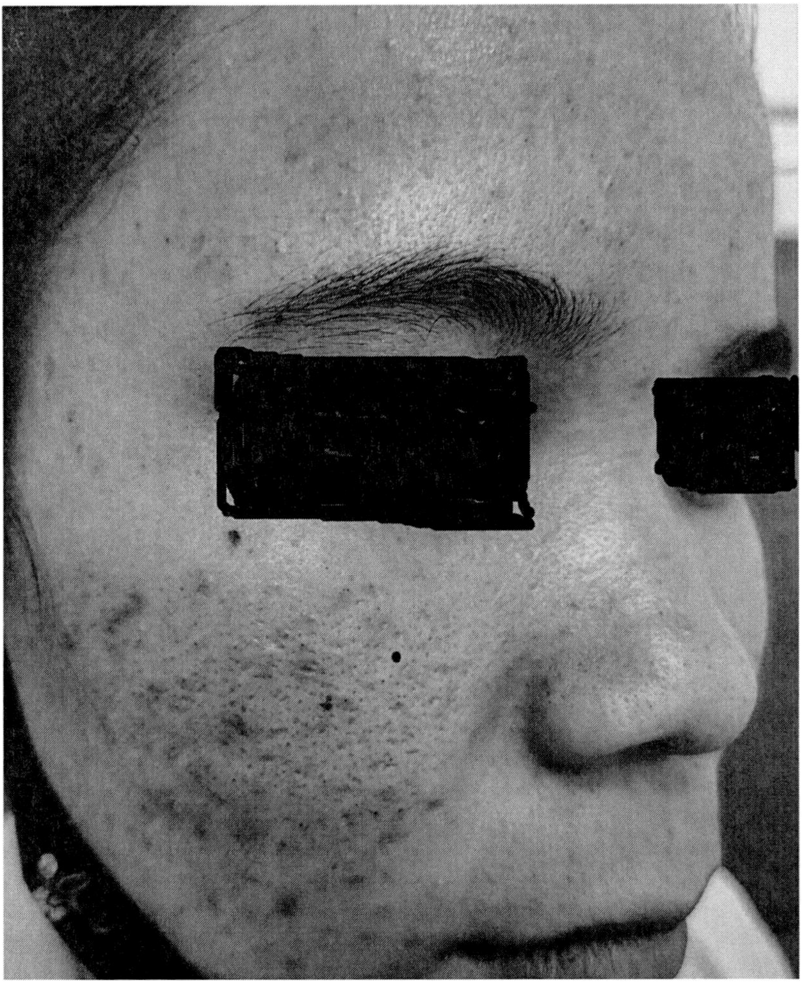

ACNE GR1
Photo Courtesy : Dr. Prathibha M S

ഒരു ഗൗരവതരമായ രോഗമായി മുഖക്കുരുവിനെ കണക്കാക്കിയിട്ടില്ലെങ്കിലും മുഖസൗന്ദര്യത്തിന് ഏറ്റവും വിലകല്പ്പിക്കുന്ന കൗമാരപ്രായക്കാരിൽ മുഖത്ത് ഉണ്ടാകുന്ന ചെറിയ കുരുക്കൾ പോലും അവർക്ക് മറ്റുള്ളവരെ അഭിമുഖീകരിക്കുന്നതിന് പ്രശ്നമുണ്ടാക്കിയേക്കാം. അങ്ങനെ നോക്കിയാൽ മുഖക്കുരു ഒരു ഗൗരവമുള്ള രോഗം തന്നെയാണ്.

മുഖക്കുരുവിന്റെ കാരണങ്ങൾ:

മുഖക്കുരുവിന്റെ പ്രധാന കാരണം ചർമ്മത്തിലുള്ള സേബേഷ്യസ് ഗ്രന്ഥി(Sebaceous Gland)കളുടെ സുഷിരം അടഞ്ഞു പോകുന്നതും, പിന്നീട് അവിടെയുണ്ടാകുന്ന വീക്കവുമാണ് (Inflammation)

രോഗത്തിന്റെ തുടക്കം

സിബം (Sebum) എന്ന എണ്ണമയമുള്ള സ്രവം ഉല്പാദിപ്പിക്കുന്ന അതിസൂക്ഷ്മ ഗ്രന്ഥികളാണ് സെബേഷ്യസ് ഗ്രന്ഥികൾ. കൗമാര പ്രായത്തിൽ പുരുഷ ഹോർമോണുകളുടെ (Androgen hormone) പ്രവർത്തനം കൂടുമ്പോഴാണ് സെബേഷ്യസ് ഗ്രന്ഥികളുടെ വളർച്ചയും പ്രവർത്തനവും കൂടുന്നത്.

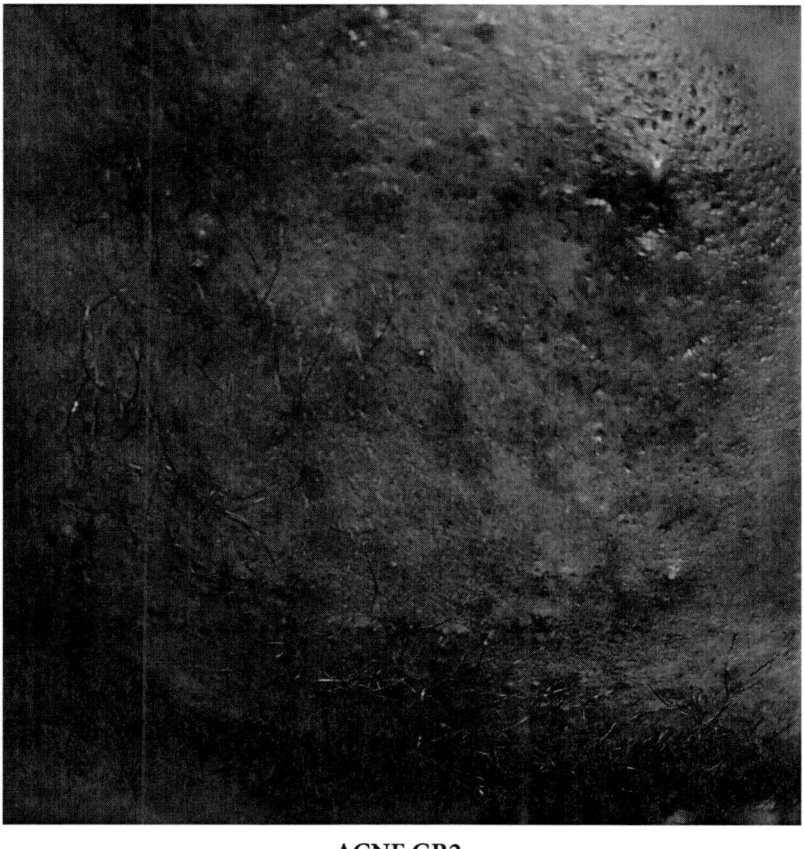

ACNE GR2
Photo Courtesy : Dr. R. Radhamoney, Kottarakkara

ത്വക്കിലേക്കുള്ള സേബേഷ്യസ് ഗ്രന്ഥിയുടെ സുഷിരം അടയുമ്പോൾ കെട്ടിക്കിടക്കുന്ന കൊഴുപ്പിൽ (Sebum) പ്രൊപ്പിയോണിബാക്ടീരിയം ആക്നിസ് എന്ന ബാക്ടീരിയ പെരുകുകയും ഇത് കോശജ്വലനത്തിന്റെ തീവ്രതകൂട്ടുകയും ചെയ്യുന്നു.

മറ്റ് കാരണങ്ങൾ

പാരമ്പര്യമായി ചില കുടുംബങ്ങളിൽ തീവ്രമായ മുഖക്കുരു കാണാറുണ്ട്.

പല രോഗങ്ങൾക്കും ദീർഘനാളായി കഴിക്കുന്ന സ്റ്റിറോയിഡ് ഗുളികകൾ (Long term steroid), അപസ്മാരത്തിന് കഴിക്കുന്ന ചില ഗുളികകൾ, ടി.ബി. രോഗത്തിന് കഴിക്കുന്ന INH ഗുളികകൾ,

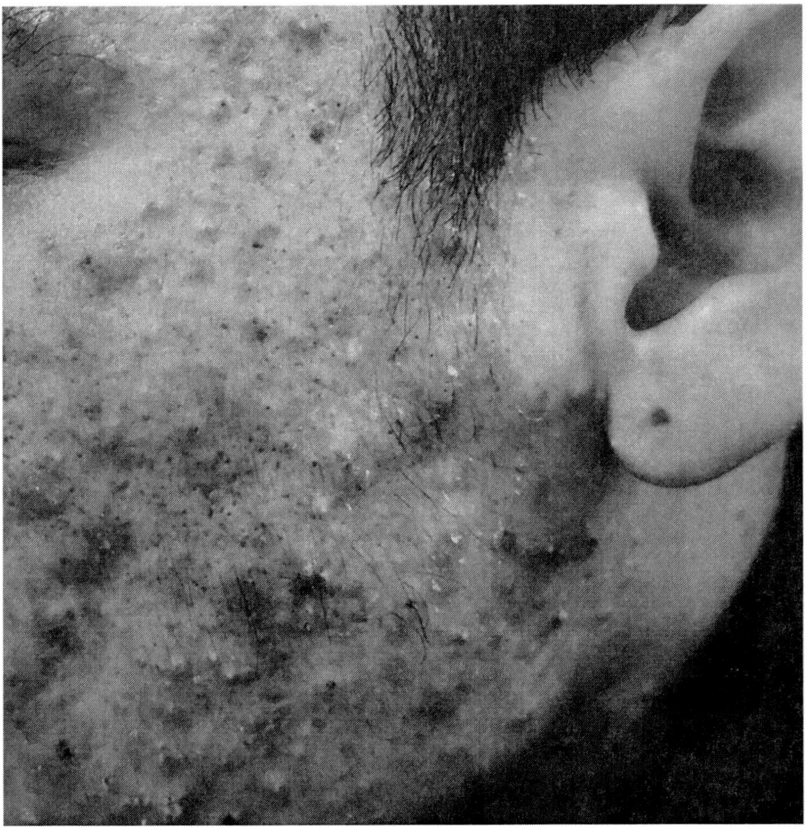

ACNE GR3
Photo Courtesy : Dr. Prathibha M S

മാനസിക രോഗങ്ങൾക്ക് ഉപയോഗിക്കുന്ന ലിതിയം ഗുളികകൾ എന്നിവയും ചിലരിൽ മുഖക്കുരുവിന് കാരണമാകാറുണ്ട്.

സ്ത്രീകളിൽ കാണുന്ന പോളിസിസ്റ്റിക്ക് ഓവറി സിൻഡ്രോം (PCOS) എന്ന രോഗമുള്ളവരിൽ മുഖക്കുരു വളരെ സാധാരണമാണ്.

സൗന്ദര്യവർദ്ധക വസ്തുക്കളുടെ അമിതമായ ഉപയോഗം പലപ്പോഴും മുഖക്കുരുവിന് കാരണമാകാറുണ്ട് (Cosmetic Acne).

മുഖം വെളുക്കാനെന്ന പേരിൽ സ്റ്റിറോയിഡ് ചേർന്ന ലേപനങ്ങൾ വാങ്ങി മുഖത്ത് തേക്കുന്നത് ഇക്കാലത്ത് സാധാരണമാണ്. ഇതിന്റെ ഒരു സൈഡ് ഇഫക്ടായും ധാരാളം പേരിൽ മുഖക്കുരു ഉണ്ടാകാറുണ്ട്.

രോഗനിർണയം

മുഖക്കുരുവിനെ സംബന്ധിച്ചിടത്തോളം രോഗനിർണയം ഒരു ബുദ്ധിമുട്ടുള്ള കാര്യമല്ല. ഒറ്റ നോട്ടത്തിൽ തന്നെ തിരിച്ചറിയാം. ചികിത്സയുടെ സൗകര്യത്തിന് വേണ്ടി, രോഗത്തിന്റെ കാഠിന്യമനുസരിച്ച് ലഘുവായത് (Grade I) തീവ്രതകുറഞ്ഞത് (Grade II) തീവ്രത കൂടിയത് (Grade III) എന്നിങ്ങനെ തരംതിരിച്ചിട്ടുണ്ട്.

ചികിത്സ

മുഖക്കുരു ചികിത്സ ആവശ്യമില്ലാത്ത ഒരു രോഗമാണെന്ന തെറ്റിദ്ധാരണ പരക്കെയുണ്ട്. ഇത് തീർത്തും അടിസ്ഥാനരഹിതമാണ്. പിന്നീട് ഉണ്ടാകുന്ന കലകളും, മുഖത്തെ നിറമാറ്റങ്ങളും ഒഴിവാക്കാൻ ആരംഭത്തിലേ ചികിത്സ തേടുന്നതാണ് ഉത്തമം. മുഖക്കുരുവിന്റെ ചികിത്സ ഇപ്പോൾ വളരെ ഫലപ്രദവും വലിയ ചെലവ് ഇല്ലാതെ നടത്താവുന്നതുമാണ്. മുഖക്കുരുവിന്റെ ചികിത്സ കുറച്ച് മാസങ്ങളോളം നീണ്ടുനിൽക്കുന്ന ഒരു പ്രക്രിയയാണ് എന്ന ബോധ്യത്തോടെ വേണം ചികിത്സ തുടങ്ങാൻ.

സോപ്പും ശുദ്ധജലവും ഉപയോഗിച്ച് മുഖം രണ്ടുനേരം കഴുകുക എന്നതാണ് ചികിത്സയുടെ ആദ്യത്തെ പടി. ഫേസ് വാഷുകളും ഉപയോഗിക്കാവുന്നതാണ് എങ്കിലും ഇവ സോപ്പിനേക്കാളും ഫലപ്രദമാണ് എന്നതിന് തെളിവില്ല.

ചെറിയതോതിൽ മാത്രം മുഖക്കുരു ഉള്ളവർക്ക് എറിത്രോമൈസിൻ (Erythromycin), ക്ലിൻഡാമൈസിൻ (Clindamycin), ബെൻസൈൽ പെറോക്സൈഡ് (Benzyl peroxide), ട്രറ്റിനോയിൻ (Tretinoin) എന്നീ ലേപനങ്ങൾ ഒരു ചർമ്മരോഗ ഡോക്ടറുടെ നിർദ്ദേശ പ്രകാരം ഉപയോഗിച്ചാൽ മതിയാകും.

തീവ്രതകൂടിയ മുഖക്കുരു ഉള്ളവർക്ക് (Gr. II, Gr. III) പുറത്തേക്ക് ഉള്ള ലേപനങ്ങൾക്ക് പുറമേ അകത്തേക്ക് കഴിക്കുന്ന മരുന്നുകളും (Systemic drugs) ആവശ്യമായിവരും. ഇത് ഒരു ഡോക്ടറുടെ നിർദ്ദേശത്തിലും നിരീക്ഷണത്തിലും മാത്രം ഉപയോഗിക്കേണ്ടതാണ്.

നൂതനമായി പലമരുന്നുകളും ഇന്ന് മുഖക്കുരു ചികിത്സയ്ക്ക് ലഭ്യമാണ്, സാധാരണ ചികിത്സകൊണ്ട് ഫലം ലഭിക്കാത്തരോഗികൾക്ക് ഈ മരുന്നുകൾ ഒരു അനുഗ്രഹമാണ്.

മുഖക്കുരുവിന്റെ ചികിത്സ നീണ്ട് നിൽക്കുന്ന ഒന്നാണ്. രോഗിയുടെ പൂർണമായ സഹകരണമുണ്ടെങ്കിൽ മുഖക്കുരു ഫലപ്രദമായി ചികിത്സിച്ച് മാറ്റുവാൻ സാധിക്കും.

"If god wanted me to be black,
I would be black, if god wanted me
to be white, i would be white"
-Winne Harlow

വെള്ളപ്പാണ്ട്
(Vitiligo)

ത്വക്ക് രോഗങ്ങളിൽ രോഗിക്ക് ഏറ്റവും അധികം മാനസിക പ്രയാസമുണ്ടാക്കുന്ന രോഗമാണ് വെള്ളപ്പാണ്ട്. ചർമ്മത്തിലുണ്ടാകുന്ന ഈ നിറമാറ്റം രോഗിക്ക് ആന്തരികമായി പ്രശ്നങ്ങൾ ഒന്നും ഉണ്ടാക്കുന്നില്ല എങ്കിലും, ഒരു സമൂഹജീവിയായ മനുഷ്യനെ സംബന്ധിച്ചിടത്തോളം മറ്റുള്ളവരെ അഭിമുഖീകരിക്കാൻ രോഗിക്കുണ്ടാവുന്ന പ്രയാസം അവഗണിക്കപ്പെടേണ്ട ഒന്നല്ല.

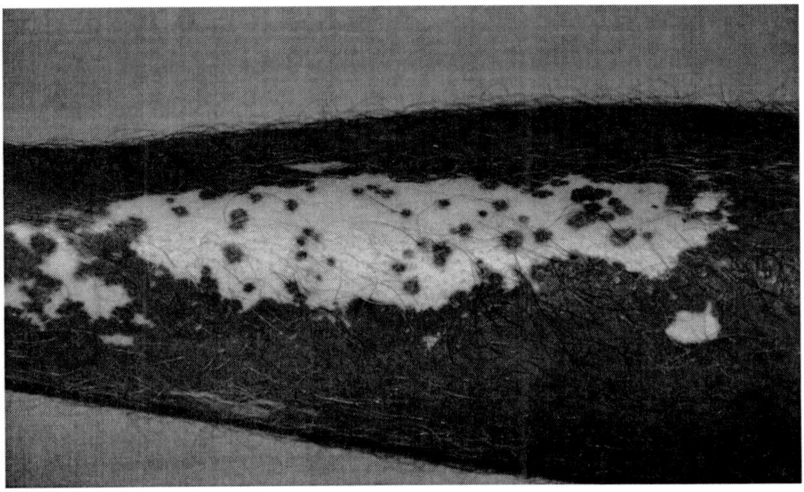

Vitiligo vulgaris
Photo Courtesy: Department of Dermatology, Christian Medical College, Vellore

രോഗകാരണം

വെള്ളപ്പാണ്ട് ഒരു അപൂർവ്വരോഗമല്ല. ചർമ്മരോഗ ഒപിയിൽ ചികിത്സ തേടുന്ന 2% വരെ രോഗികളിൽ ഈ രോഗം പല രൂപത്തിലും ഭാവത്തിലും കാണാറുണ്ട്.

ഒരു വ്യക്തിയുടെ ചർമ്മത്തിന്റെ നിറം നിശ്ചയിക്കുന്നത് ചർമ്മത്തിലെ മെലാനിന്റെ (Melanin) അളവും ഘടനയുമാണ്. ചർമ്മത്തിന്റെ അടിത്തട്ടിലുള്ള മെലാനോസൈറ്റ്സ് (Melanocytes) കോശങ്ങളാണ് ഈ നിറം ഉല്പാദിപ്പിക്കുന്നത്. മെലാനിൻ തൊലിക്ക് നിറം നൽകുക മാത്രമല്ല, പ്രകാശവികിരണങ്ങളിൽ നിന്ന് ശക്തമായ പ്രതിരോധ കവചമൊരുക്കുകയും ചെയ്യുന്നുണ്ട്.

മെലനോസൈറ്റ്സുകളുടെ നാശമോ മെലാനിൻ ഉല്പാദിപ്പിക്കാനുള്ള കാര്യക്ഷമത കുറയുന്നതോ ആണ് വെള്ളപ്പാണ്ടിന് കാരണമാകുന്നത്.

മെലാനോസൈറ്റ്സുകളെ (Melanocytes) ശരീരത്തിലെതന്നെ രക്താണുക്കൾ നശിപ്പിക്കുമ്പോഴാണ് ഈ രോഗം ആരംഭിക്കുന്നത് എന്നതാണ് പൊതുവിൽ സ്വീകാര്യമായ തിയറി. ഇതിന് ഓട്ടോ ഇമ്മ്യൂൺ (Auto immune) തിയറി എന്ന് പറയുന്നു. 5 മുതൽ 10% വരെ രോഗികളിൽ പാരമ്പര്യം ഒരു ഘടകമായി കാണാറുണ്ട്. രാസവ്യവസായ മേഖലകളിൽ പ്രവർത്തിക്കുന്നവർക്ക് ഈ രോഗം കൂടുതലായി കാണാറുണ്ട്.

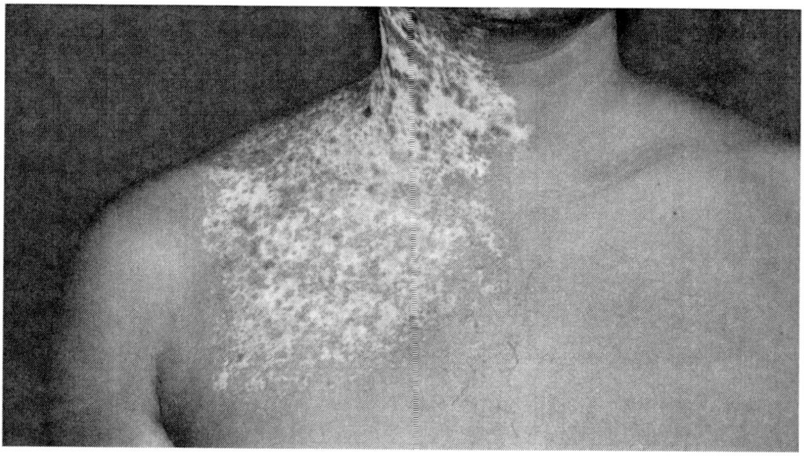

Segmental vitiligo
Photo Courtesy: Department of Dermatology, Christian Medical College,Vellore

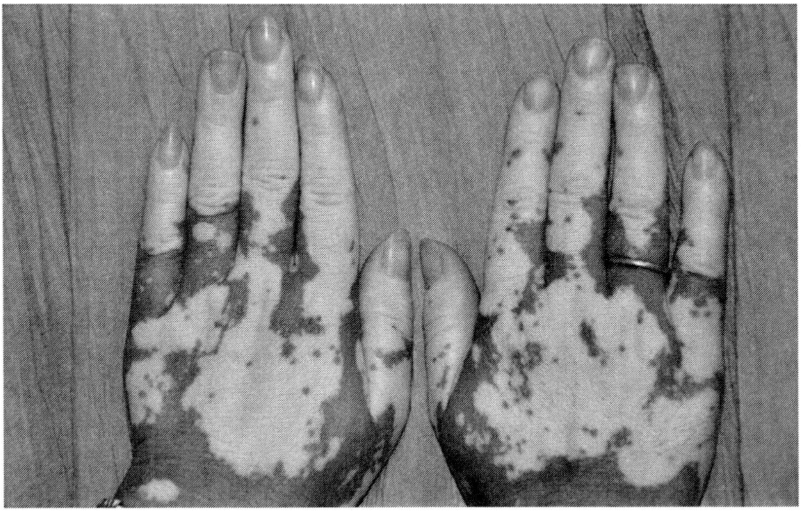

Acral vitiligo
Photo Courtesy: Department of Dermatology, Christian Medical College,Vellore

വെള്ളപ്പാണ്ട് സ്ത്രീ പുരുഷ വ്യത്യാസമില്ലാതെ എല്ലാ പ്രായക്കാരെയും ബാധിക്കാമെങ്കിലും 10 മുതൽ 30 വയസ്സ് വരെയുള്ളവരിലാണ് ഈ രോഗം കൂടുതലായി കാണുന്നത് എന്ന് ഗവേഷണ പഠനങ്ങൾ സൂചിപ്പിക്കുന്നു.

ചർമ്മത്തിൽ ഇളം ചുവപ്പും വെളുപ്പുമായ പാടുകളായാണ് ഈ രോഗത്തിന്റെ തുടക്കം. പാടുകൾ പല ആകൃതിയിലും കാണാം. ചിലരോഗികളിൽ ഒന്നോരണ്ടോ പാടുകളായി ഇവ വ്യാപിക്കാതെ നില്ക്കുന്നു. മറ്റു ചിലരിൽ അനേകം പാടുകളായി വ്യാപിക്കുന്നു.

ചിലരോഗികളിൽ രോഗം കൈയിലും, കാലിലും ചുണ്ടിലുമായി പരിമിതപ്പെട്ടു നിൽക്കുന്നു (Liptip Vitiligo).

വെള്ളപ്പാണ്ടും ചില തെറ്റിദ്ധാരണകളും

സമൂഹത്തിൽ വളരെയധികം തെറ്റിദ്ധാരണകളും അബദ്ധജടിലമായ വിശ്വാസങ്ങളും ഉള്ള ഒരു രോഗമാണിത്. ഈ രോഗത്തിന്റെ ശാസ്ത്രീയമായ കാരണങ്ങൾ പറഞ്ഞുകഴിഞ്ഞു.

1. ആദ്യത്തെ തെറ്റിദ്ധാരണ വെള്ളപ്പാണ്ട് ഒരു പകരുന്ന രോഗമാണ് എന്നതാണ്. ഇത് തീർത്തും തെറ്റായ ഒരു വിശ്വാസമാണ്. ലോകചരിത്രത്തിൽ ഇതുവരെ അങ്ങനെ പകർന്നതായ ഒരു കേസ് പോലുമില്ല. ചിലവീടുകളിൽ ചിലപ്പോൾ ഒന്നിലധികം

പേരിൽ രോഗം വന്നേക്കാം. ഇത് പാരമ്പര്യവുമായി ബന്ധപ്പെട്ട താണ്.

2. വെള്ളപ്പാണ്ടിന് കുഷ്ഠരോഗവുമായി ബന്ധമുണ്ടെന്നതാണ് മറ്റൊരു തെറ്റിദ്ധാരണ. ഇതിന് യാതൊരു അടിസ്ഥാനവുമില്ല. കുഷ്ഠരോഗം മൈക്കോബാക്ടീരിയം ലെപ്രെ എന്ന (M. Leprae) ബാക്ടീരിയ കൊണ്ട് ഉണ്ടാകുന്ന രോഗമാണ്. കുഷ്ഠരോഗം ഒരിക്കലും വെള്ളപ്പാണ്ടിന് കാരണമാകുന്നില്ല.
3. പാമ്പുകളെയും മറ്റു ഇഴജന്തുക്കളേയും ഉപദ്രവിച്ചാൽ ഈ രോഗം വരുമെന്നതും ഒരു തെറ്റിദ്ധാരണയാണ്. പാമ്പുകളും മറ്റ് ജീവികളും നമ്മുടെ ആവാസവ്യവസ്ഥയുടെ സന്തുലിതാവസ്ഥ കാത്തു സൂക്ഷിക്കുന്നതിൽ പ്രധാന പങ്കു വഹിക്കുന്ന ജീവികളാണ്. ഇവയെ ഉപദ്രവിക്കുന്നത് ഒരിക്കലും ന്യായീകരിക്കാനാവില്ല. എങ്കിലും അതിന് ഈ രോഗവുമായി ഒരു ബന്ധവുമില്ല.
4. ചില ഭക്ഷണങ്ങൾ ഒരുമിച്ചു കഴിച്ചാൽ ഈ രോഗം വരുമെന്ന് ഒരു വിശ്വാസമുണ്ട്. ഉദാഹരണത്തിന് മോരും മീനും, തൈരും മീനും എന്നിങ്ങനെ. പക്ഷെ ഇതിന് ശാസ്ത്രീയമായ ഒരു അടിസ്ഥാനവുമില്ല.
5. വിറ്റിലിഗോ ഒരിക്കൽ പിടിപെട്ടാൽ അതു ചികിത്സിച്ച് മാറ്റാൻ സാധിക്കാത്ത ഒരു രോഗമാണെന്നാണ് മറ്റൊരു വിശ്വാസം. ഇത് ശരിയല്ല. ഇതിന്റെ ചികിത്സക്കാവശ്യമായ പലമരുന്നുകളും ഇന്ന് ലഭ്യമാണ്. മരുന്നുകൊണ്ട് മാത്രം ഫലം ലഭിക്കാത്തവർക്ക് നൂതനമായ മറ്റു ചികിത്സാരീതികളും ലഭ്യമാണ്.

ചികിത്സ

വെള്ളപ്പാണ്ടിന്റെ ചികിത്സ രോഗിക്കും ഡോക്ടർക്കും ഒരുപോലെ വെല്ലുവിളി ഉയർത്തുന്നതാണ്. രോഗത്തിന്റെ ചികിത്സയ്ക്ക് ഒപ്പം തന്നെ രോഗിക്കുണ്ടാകുന്ന മാനസിക പ്രയാസങ്ങളേക്കൂടി അഡ്രസ്സ് ചെയ്യേണ്ടതുണ്ട്.

ചികിത്സക്ക് പലതരം മരുന്നുകളും മറ്റ് മാർഗങ്ങളും നമ്മുടെ ആവനാഴിയിലുണ്ടെങ്കിലും ഏത് രോഗിയിൽ ഏത് ചികിത്സയാണ് ഫലം തരിക എന്ന് മുൻകൂട്ടി അറിയാൻ പ്രയാസമാണ്.

വളരെ ചെറിയ അളവിൽ രോഗം ബാധിച്ചവർക്ക് ചില ലേപനങ്ങൾ, ഉദാഹരണത്തിന് പുരട്ടുന്ന സ്റ്റിറോയ്ഡ് ക്രീമുകൾ (Topical Steroid), ടാക്രോലിമസ് ക്രീമുകൾ (Tacrolimus) എന്നിവ ഫലപ്രദമായി കാണാറുണ്ട്.

രോഗം അധികമായി ബാധിച്ചവർക്ക് ഗുളികകളും ലേപനങ്ങളും ഉൾപ്പെടെ നീണ്ടുനിൽക്കുന്ന ചികിത്സ ആവശ്യമായിവരും.

സൊറാലിൻ വിഭാഗത്തിൽപ്പെട്ട മരുന്നുകളാണ് ഈ രോഗത്തിന്റെ ചികിത്സയ്ക്ക് വ്യാപകമായി ഉപയോഗിക്കുന്നത്.

അൾട്രാവൈലറ്റ് ലൈറ്റ് (UVB) ഉപയോഗിച്ചുള്ള ചികിത്സ ഇന്ന് പല ആശുപത്രികളിലും ലഭ്യമാണ്. പല രോഗികൾക്കും ഈ ചികിത്സ വളരെ നല്ല ഫലം നൽകുന്നതായി കാണാം.

സർജിക്കൽ രീതികൾ (Dermatosurgery) ഈ രോഗത്തിന്റെ ചികിത്സയ്ക്ക് ഇന്ന് വളരെ അധികം ഉപയോഗിക്കുന്നുണ്ട്.

"Psoriasis is not contagious, but awareness is"

-Anonymous

സോറിയാസിസ്
(Psoriasis)

സോറിയാസിസ് സാധാരണയായി കാണുന്ന ഒരു ത്വക്ക് രോഗമാണ്. 'സൊാറ' (Psora) എന്ന ഗ്രീക്ക് പദത്തിൽ നിന്നാണ് സോറിയാസിസ് എന്ന നാമം ഉത്ഭവിക്കുന്നത്. ഗ്രീക്ക് ഭാഷയിൽ 'സൊാറ' എന്നാൽ ചൊറിച്ചിൽ എന്നാണ് അർത്ഥം. ഗാലൻ (Galen 133- 200 AD) ഈ രോഗത്തെക്കുറിച്ചു പഠിക്കുകയും ഈ പേര് നിർദ്ദേശിക്കുകയും ചെയ്തു എന്നാണ് ചരിത്രം.

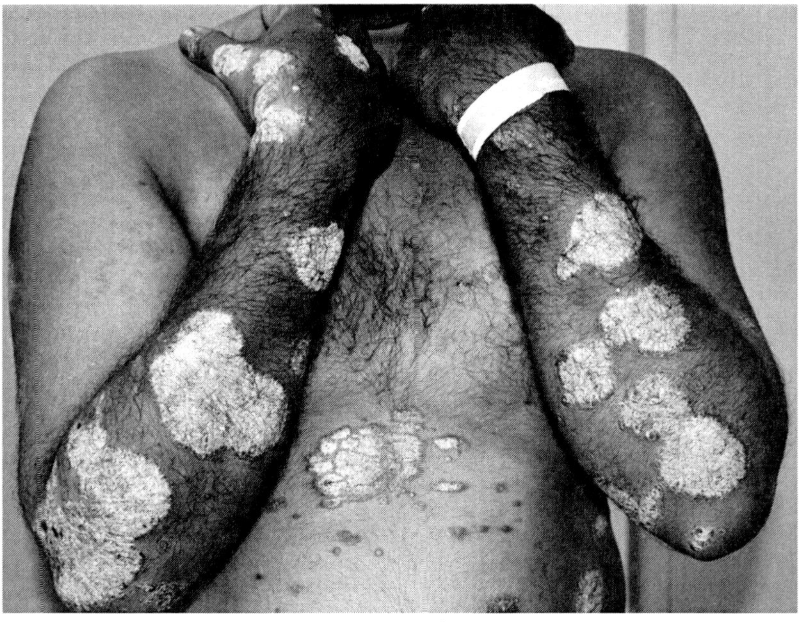

Psoriasis Vulgaris

Photo Courtesy: Department of Dermatology, Christian Medical College,Vellore

ലോക ജനസംഖ്യയിലെ ഒരു വലിയവിഭാഗത്തെ തന്നെ ബാധിക്കുന്ന രോഗമായാണ് സോറിയാസിസിനെ കണക്കാക്കുന്നത്. ലോകത്തിന്റെ വിവിധ ഭാഗങ്ങളിൽ നടത്തിയ പഠനങ്ങൾ അനുസരിച്ച് 1-10 ശതമാനം വരെ ആളുകളെ സോറിയാസിസ് ബാധിക്കുന്നതായി കണക്കാക്കിയിട്ടുണ്ട്. ഇന്ത്യയിൽ നടന്ന പഠനങ്ങൾ പ്രകാരം 0.44% മുതൽ 2.2% വരെയാണ് സാധ്യത. പുരുഷന്മാരിലാണ് സ്ത്രീകളേക്കാൾ കൂടുതൽ സോറിയാസിസ് രോഗം കണ്ട് വരുന്നത്.

15 മുതൽ 22 വയസ്സ് വരെയും പിന്നീട് 60-69 വയസ്സുമാണ് രോഗം വരാൻ ഏറ്റവും സാധ്യതയുള്ള പ്രായം എങ്കിലും ഒരു പ്രായവും ഈ രോഗത്തിന്റെ ദൃഷ്ടിയിൽ നിന്നും മുക്തമല്ല.

എന്താണ് സോറിയാസിസ് വരാൻ കാരണം?

സോറിയാസിസിന്റെ ഉത്ഭവത്തെക്കുറിച്ച് കൃത്യമായ ഒരു കാരണം കണ്ടെത്താൻ ശാസ്ത്രലോകത്തിന് ഇതുവരെയും കഴിഞ്ഞിട്ടില്ല. വൈദ്യശാസ്ത്രരംഗത്ത് ഏറ്റവും അധികം ഗവേഷണ പരീക്ഷണങ്ങൾ നടക്കുന്ന ഒരു മേഖലയാണ് ഇത്. പല കാരണങ്ങളുടെ ഒത്തുചേരലാണ് (Multifactorial) ഈ രോഗത്തിന് നിദാനം എന്നാണ് കരുതപ്പെടുന്നത്. 20-30% ശതമാനം രോഗികളിൽ പാരമ്പര്യം ഒരു ഘടകമായി കാണാറുണ്ട്. പുകവലി, അമിതമദ്യപാനം, മാനസിക പിരിമുറുക്കം, മറ്റ് രോഗങ്ങൾക്ക് കഴിക്കുന്ന ചില മരുന്നുകൾ എന്നിവയും സോറിയാസിസ് രോഗം തുടങ്ങുന്നതിന് കാരണമായി ഗവേഷകർ കണ്ടെത്തിയിട്ടുണ്ട്.

ചർമ്മത്തിലെ കെരാറ്റിനോസൈറ്റ്സ് (Keratinocytes) കോശങ്ങൾ അമിതമായി വളരുകയും അവവിട്ട് പോകാതെ തൊലിയിൽ തന്നെ പറ്റിപ്പിടിച്ചിരിക്കുകയും ചെയ്യുന്നതാണ് ഈ രോഗത്തിന്റെ തുടക്കം. ഈ കോശങ്ങളാണ് വെളുപ്പ് നിറത്തിൽ തടിപ്പുകളായി, ചിതമ്പല് പോലെ കാണപ്പെടുന്നത്. സോറിയാസിസ് ത്വക്കിനെ കൂടാതെ നഖം, സന്ധികൾ എന്നിവയെയും ബാധിക്കാറുണ്ട്.

പത്തിലധികംതരം സോറിയാസിസ് വിഭാഗങ്ങൾ ഉണ്ടെങ്കിലും സാധാരണയായി കാണുന്ന ആറ് വിഭാഗങ്ങളെക്കുറിച്ചു മാത്രമേ ഇവിടെ പ്രതിപാദിക്കുന്നുള്ളു.

1. സോറിയാസിസ് വൾഗാരിസ് (Psoriasis Vulgaris)
2. ഗട്ടേറ്റ് സോറിയാസിസ് (Guttate Psoriasis)
3. പസ്റ്റുലാർ സോറിയാസ് (Pustular Psoriasis)

4. സോറിയാറ്റിക് എറിത്രോഡെർമ (Psoriatic Erythroderma)
5. സോറിയാറ്റിക്ക് ആർത്രൈറ്റിസ് (Psoriatic arthritis)
6. നെയിൽ സോറിയാസിസ് (Nail Psoriasis)

സോറിയാസിസ് ലക്ഷണങ്ങൾ

സോറിയാസിസ് വൾഗാരിസ് (Psoriasis Vulgaris)

തൊലി ചുവന്ന് തടിച്ച് ചിതമ്പല് പോലെ കാണുന്നതാണ് ഈ രോഗത്തിന്റെ ആദ്യലക്ഷണം, തലയിലും കൈമുട്ടിലും കാൽമുട്ടിലുമാണ് പലപ്പോഴും ഈ രോഗം ആദ്യം കാണപ്പെടുന്നത്. പിന്നീട് രോഗത്തിന്റെ തീവ്രതയനുസരിച്ച് മറ്റ് ഭാഗങ്ങളിലേക്ക് വ്യാപിക്കുന്നു. സാധാരണ രോഗികൾക്ക് ചൊറിച്ചിൽ അനുഭവപ്പെടില്ല. എങ്കിലും അപൂർവ്വം പേർ ചൊറിച്ചിലുണ്ടെന്ന് പറയാറുണ്ട്.

ഗട്ടെറ്റ് സോറിയാസിസ് (Guttate Psoriasis)

ഗട്ടെറ്റ് (Guttate) എന്നാൽ തുള്ളികൾ എന്നാണ് അർത്ഥം. ചാറ്റൽമഴ ശരീരത്തിൽ വീണപോലെ വെളുത്തതും ചുവന്നതുമായ അനേകം പൊട്ടുകൾ ശരീരത്തിൽ പെട്ടെന്ന് പൊങ്ങിവരുന്നതാണ് ഇത്തരം സോറിയാസിന്റെ ലക്ഷണം. സാധാരണ കുട്ടികളിലും യുവാക്കളിലും യുവതികളിലുമാണ് ഈ രോഗം കാണപ്പെടുന്നത് തൊണ്ടയിൽ ഉണ്ടാകുന്ന അണുബാധ(Streptococci)യാണ് ഈ രോഗത്തിന് കാരണമായി കരുതുന്നത്. പലതരം സോറിയാസിസുകളിൽ ചികിത്സിച്ച് മാറ്റാൻ ഏറ്റവും എളുപ്പമുള്ള സോറിയാസിസ് ഇതാണ്.

പസ്റ്റുലാർ സോറിയാസിസ് (Pustular Psoriasis)

പേര് സൂചിപ്പിക്കുന്ന പോലെതന്നെ സാധാരണ സോറിയാസിസ് രോഗത്തിന്റെ രൂപഭാവങ്ങളല്ല, ഇത്തരം സോറിയാസിസിന് ഉള്ളത്.

തൊലി ചുവന്ന് തടിച്ച് അതിൽ നൂറ് കണക്കിനും, ആയിരക്കണക്കിനും ചലം നിറഞ്ഞ കുരുക്കൾ പൊന്തിവരുന്നതാണ് ഈ രോഗത്തിന്റെ ലക്ഷണം. ചലം നിറഞ്ഞ കുരുക്കൾ അണുബാധയായിരിക്കണമെന്നില്ല എങ്കിലും പിന്നീട് ഇവ പൊട്ടി അണുബാധ വരാനുള്ള സാധ്യത വളരെ കൂടുതലാണ്.

Pustular Psoriasis
Photo Courtesy: Dr. Megha, Department Dermatology, Amala Medical College, Thrissur

പസ്റ്റുലാർ സോറിയാസിസ് പൊതുവെ രണ്ട് തരമായി കണ്ട് വരുന്നുണ്ട് ശരീരം മുഴുവൻ ബാധിക്കുന്ന തരവും, കൈകാലുകളിൽ ബാധിക്കുന്ന തരവും. ശരീരം മുഴുവൻ ബാധിക്കുന്ന തരത്തിലുള്ള പസ്റ്റുലാർ സോറിയാസിസ് അപകടകാരിയാണ്. ഗർഭിണികളിൽ മാത്രം കണ്ടുവരുന്ന പസ്റ്റുലാർ സോറിയാസിസിന്റെ ചികിത്സ പലപ്പോഴും വെല്ലുവിളിയാണ്.

സോറിയാറ്റിക്ക് എറിത്രോഡെർമ (Psoriatic Erythroderma)

ഏകദേശം ശരീരത്തിന്റെ 90% ൽ അധികം ചുവന്ന് വളരെ ചെറിയ ചെതമ്പലുകളായി കാണുന്ന രോഗമാണ്. സോറിയാറ്റിക്ക് എറിത്രോഡെർമ. ഈ രോഗം സങ്കീർണ്ണതകൾ നിറഞ്ഞതാണ്. പലപ്പോഴും

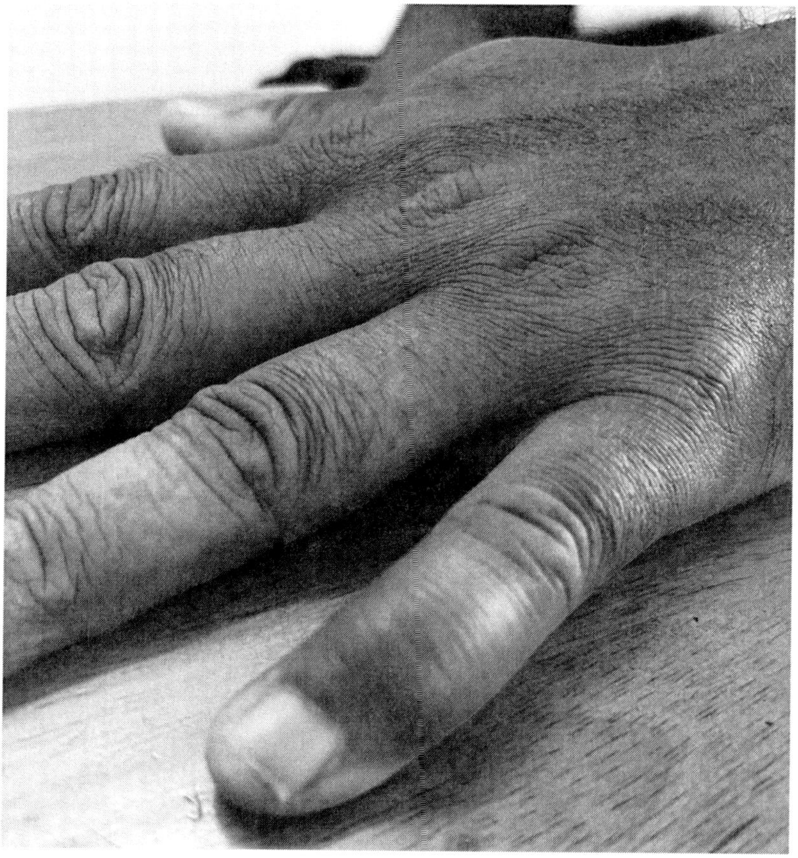

Psoriatic arthritis
Photo Courtesy: Dr. Meeka Cizly, Department Dermatology, Amala Medical College, Thrissur

സാധാരണ സോറിയാസിസ് രോഗമുള്ളവർ, പൊടുന്നനെ ഈ രോഗാവസ്ഥയിലേക്ക് മാറുന്നതായി കാണാം, മറ്റ് ചിലരിൽ സോറിയാസിസ് രോഗത്തിന്റെ തുടക്കംതന്നെ ഇത്തരത്തിലാവാറുണ്ട്. വ്യാപകമായി ചർമ്മം ചെറിയ ശല്ക്കങ്ങളായി കൊഴിഞ്ഞു പോകുന്നതുകൊണ്ട് ശരീരത്തിൽ പ്രോട്ടീന്റെ അളവ് കുറയുന്നത് ഈ രോഗാവസ്ഥയിൽ സാധാരണമാണ്. ഇതുകൊണ്ട് കാലുകളിൽ നീര് വരാറുണ്ട്. തൊലിയുടെ ഘടനയിലുണ്ടാകുന്ന മാറ്റങ്ങൾ ശരീരത്തിന്റെ താപനില ക്രമീകരിക്കുന്ന സംവിധാനത്തെയും തകിടം മറിക്കാം. വളരെ ശ്രദ്ധാപൂർവ്വം ആശുപത്രിയിൽ കിടത്തി ചികിത്സ വേണ്ടിവരുന്ന രോഗമാണ് സോറിയാറ്റിക്ക് ഇറിത്രോഡെർമ.

സോറിയാറ്റിക്ക് ആർത്രൈറ്റിസ് (Psoriatic Arthritis)

സോറിയാസിസ് രോഗികളിൽ 7% മുതൽ 25% വരെ ആളുകളെ സോറിയാറ്റിക്ക് ആർത്രൈറ്റിസ് ബാധിക്കാമെന്നാണ് കണക്കുകൾ. രാവിലെ ഉണരുന്ന സമയത്ത് കൈകാലുകളിലെ ചെറിയ സന്ധി കളിലെ വേദനയായിട്ടാണ് ഇതിന്റെ തുടക്കം, പിന്നീട് സന്ധികളിൽ നീർക്കെട്ടും രൂപവ്യത്യാസവും ഉണ്ടാകുന്നു. വലിയ സന്ധികളെയും അപൂർവ്വമായി ഈ രോഗം ബാധിക്കാറുണ്ട്.

സോറിയാറ്റിക്ക് ആർത്രൈറ്റിസിന്റെ ചികിത്സയ്ക്ക് പലപ്പോഴും ഒരു വാതരോഗ വിദഗ്ധന്റെ സഹായം ആവശ്യം വന്നേക്കാം.

നഖ സോറിയാസിസ് (Nail Psoriasis)

സോറിയാസിസ് ബാധിക്കുന്ന രോഗികളിൽ 30 മുതൽ 40 ശത മാനം വരെ രോഗികൾക്ക് നഖത്തെ ഈ രോഗം ബാധിക്കുവാനുള്ള സാധ്യതയുണ്ട്. നഖത്തിൽ ചെറിയ കുഴികളായൊ, നഖത്തിന്റെ അടിയിൽ തൊലി കട്ടികൂടി നഖം പ്രതലത്തിൽ നിന്ന് ഉയർന്ന് നിൽ ക്കുന്ന അവസ്ഥയിലോ ആണ്. ഈ രോഗം പ്രത്യക്ഷപ്പെടുന്നത്.

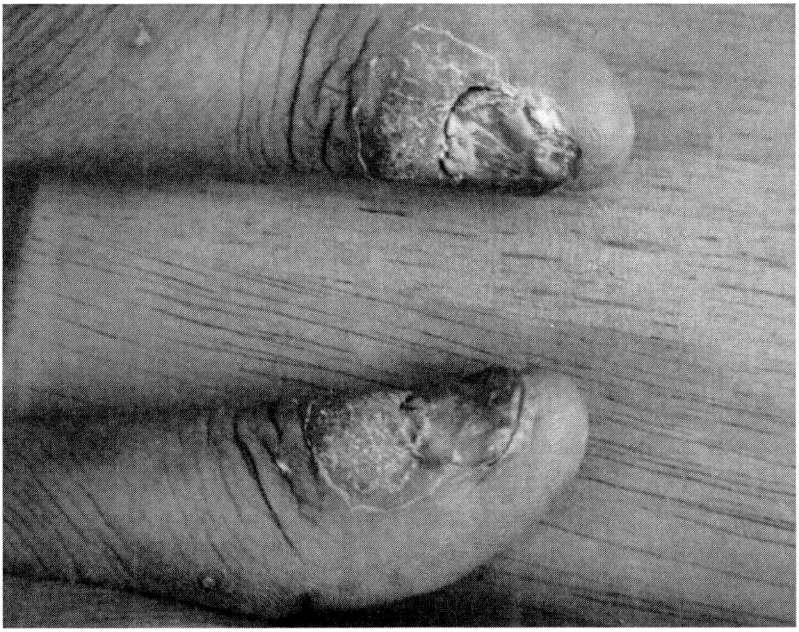

Nail Psorisis

Dr. Meeka Cizly, Department Dermatology, Amala Medical College, Thrissur

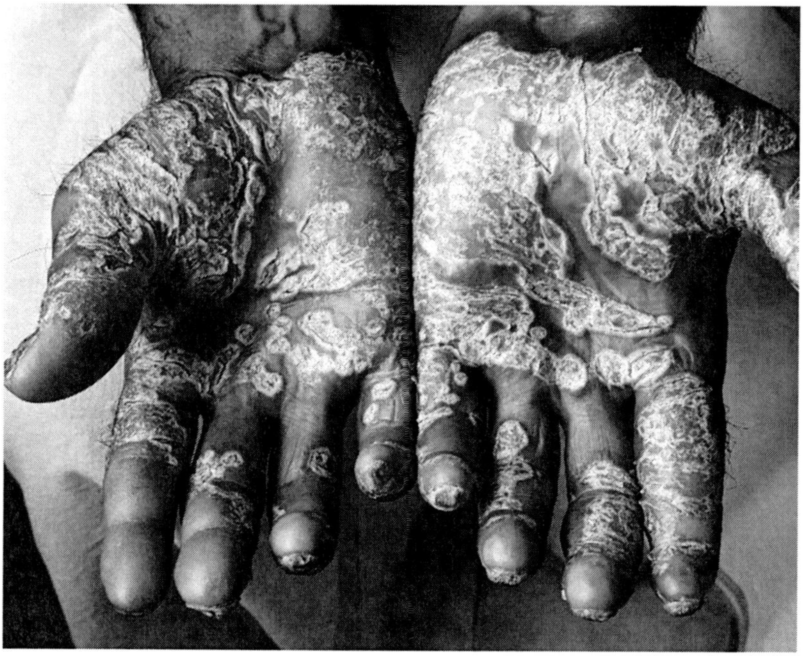

Palmar Psoriasis
Photo Courtesy: Tirur Mission Hospital, Tirur

രോഗനിർണയം

സോറിയാസിസ് രോഗത്തിന്റെ നിർണയം ഒരു ചർമരോഗവിദഗ്ദ്ധനെ സംബന്ധിച്ചിടത്തോളം, രോഗിയെ പരിശോധിക്കുമ്പോൾ തന്നെ എളുപ്പത്തിൽ സാധിക്കുന്നതാണ്. അപൂർവ്വം ചില സാഹചര്യങ്ങളിൽ ഒരു ബയോപ്സി (Biopsy) ആവശ്യമായി വന്നേക്കാം.

ചികിത്സ

ഈ രോഗം തൊലിയിൽ വ്യക്തമായി കാണുന്നതുകൊണ്ട്, ഇതു രോഗികളിൽ ഉണ്ടാക്കുന്ന മാനസികസമ്മർദ്ദം വലുതാണ്. ഒരു മനുഷ്യന്റെ ജീവിത നിലവാരത്തെ (Quality of Life) ബാധിക്കുന്ന ഒരു രോഗമായാണ് WHO ഈ രോഗത്തെ കണക്കാക്കിയിട്ടുള്ളത്.

ചികിത്സ തുടങ്ങുന്നതിന് മുൻപ് രോഗിക്ക് ഈ രോഗത്തിന്റെ ഗതിവിഗതികളെക്കുറിച്ച് ഒരു ധാരണയുണ്ടാക്കുന്നത് ചികിത്സയുടെ വിജയത്തിന് അത്യന്താപേക്ഷിതമാണ്. സോറിയാസിസ് ഒരു പകരുന്ന രോഗമല്ലെന്നും, വീട്ടിലെ മറ്റ് അംഗങ്ങളുമായി ഇടപഴകുന്നതു

കൊണ്ട് പ്രശ്നമൊന്നുമില്ല എന്ന് മനസ്സിലാകുമ്പോൾ തന്നെ രോഗിക്ക് കിട്ടുന്ന ആത്മവിശ്വാസം ചെറുതല്ല. സോറിയാസിസ് ചികിത്സ, ഡോക്ടർക്കും രോഗിക്കും ഒരു പോലെ ഒരു വെല്ലുവിളിയാണ്. ഈ രോഗത്തിന്റെ ചികിത്സയിൽ അഭൂതപൂർവ്വമായ പുരോഗതിയാണ് ഉണ്ടായിക്കൊണ്ടിരിക്കുന്നത്. എങ്കിലും നൂറ് ശതമാനം ഈ രോഗം ഇപ്പോഴും വരുതിയിലായി എന്ന് പറയാൻ കഴിയില്ല.

ലഘുവായ രോഗമുള്ളവർക്ക് മോയ്സ്ചറൈസിങ്ങ് (Moisturizing cream) ക്രീമുകളും പുരട്ടാനുള്ള സ്റ്റിറോയ്ഡ് ക്രീമുകളും (Topical steroid) മതിയാകും.

ശരീരത്തിൽ പടർന്നു പിടിച്ച ശക്തമായ രോഗമുള്ളവർക്ക് അകത്തേക്ക് കഴിക്കുന്ന (Systemic drugs) മരുന്നുകൾ വേണ്ടിവരും.

നൂതന ചികിത്സാരീതിയായ ബയോളജിക്ക് (Biologic) മരുന്നുകൾ വളരെ ഫലപ്രദമാണെങ്കിലും ഉയർന്ന വിലയുള്ളതുകൊണ്ട് പലർക്കും അപ്രാപ്യമാണ്.

സോറിയാസിസ് രോഗികൾ അമിതമദ്യപാനം പുകവലി എന്നിവ ഒഴിവാക്കി, ആരോഗ്യകരമായ ശീലങ്ങൾ പിന്തുടരുന്നത് പൊതുവെ നല്ലതാണ്.

ഇന്നത്തെ സാഹചര്യത്തിൽ സോറിയാസിസ് ഒരു ഭയപ്പെടേണ്ട രോഗമല്ല, കൃത്യമായ ഇടവിടാത്ത ചികിത്സയും രോഗത്തെക്കുറിച്ചുള്ള അവബോധവുമുണ്ടെങ്കിൽ ഈ രോഗത്തെ വരുതിയിൽ നിർത്തി ഒരു സാധാരണ ജീവിതം നയിക്കാവുന്നതാണ്.

സാധാരണ ചോദിക്കുന്ന ചോദ്യങ്ങൾ (FAQs)

1. സോറിയാസിസ് ഒരു പകരുന്ന രോഗമാണോ?

   സോറിയാസിസ് ഒരു പകർച്ചവ്യാധിയല്ല. സോറിയാസിസ് രോഗിയുമായി ഇടപഴകി ജീവിക്കുന്നതിനോ, ഒരുമിച്ച് ജോലി ചെയ്യുന്നതിനോ ഒട്ടും പേടിക്കേണ്ടതില്ല.

2. സോറിയാസിസ് ഒരു പാരമ്പര്യ രോഗമാണോ?

   സോറിയാസിസ് ഒരു പാരമ്പര്യ രോഗമായി കണക്കാക്കിയിട്ടില്ല. ഏതൊരാൾക്കും സോറിയാസിസ് വരാം, പാരമ്പര്യമുള്ളവർക്ക് അല്പം സാധ്യത കൂടുതലാണ് എന്ന് മാത്രം.

3. സോറിയാസിസ് വിവാഹ ജീവിതത്തിന് ഒരു തടസ്സമാണോ?

   സോറിയാസിസ് വിവാഹ ജീവിതത്തിന് ഒരിക്കലും ഒരു തടസ്സമല്ല. എങ്കിലും വിവാഹത്തിന് മുൻപ് ഭാവി വധുവിനോടൊ വരനോടൊ ഇക്കാര്യം ചർച്ച ചെയ്യണം.

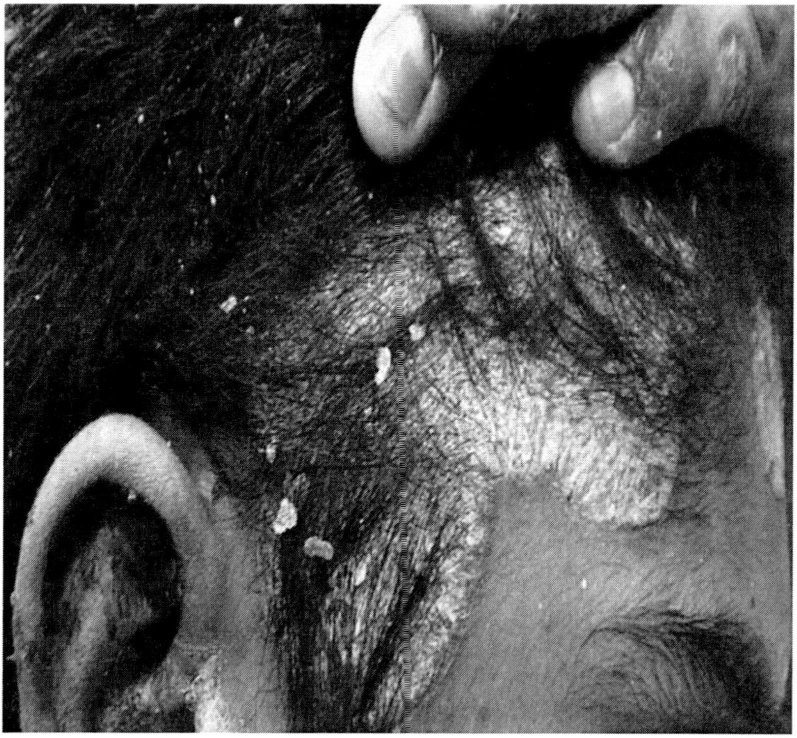

Scalp Psoriasis

Photo Courtesy: Department of Dermatology, Christian Medical College,Vellore

4. സോറിയാസിസിന് ശക്തമായ ചൊറിച്ചിലുണ്ടാകുമോ?

   ബഹുഭൂരിപക്ഷം രോഗികളിലും ചൊറിച്ചിൽ അനുഭവപ്പെടാറില്ല, എങ്കിലും ചില രോഗികൾ ചൊറിച്ചിലുണ്ടെന്ന് പറയാറുണ്ട്.

5. സോറിയാസിസ് രോഗികൾ എന്തെങ്കിലും ഭക്ഷണ ക്രമങ്ങൾ പാലിക്കേണ്ടതുണ്ടോ?

   സോറിയാസിസ് രോഗികൾക്ക് എന്തു ഭക്ഷണവും കഴിക്കാവുന്നതാണ്. പ്രമേഹം, രക്തസമ്മർദ്ദം തുടങ്ങിയ അനുബന്ധരോഗങ്ങളുള്ളവർ അതിനനുസരിച്ചുള്ള ഭക്ഷണക്രമം പിൻതുടരണം എന്ന് മാത്രം.

6. കുട്ടികളെ സോറിയാസിസ് ബാധിക്കാറുണ്ടോ?

   സാധാരണയായി പ്രായമായവരിലാണ് ഈ രോഗം കണ്ടു വരുന്നത്. എങ്കിലും കുട്ടികളെയും ഈ രോഗം ബാധിക്കാം.

7. മറ്റ് രോഗങ്ങൾക്ക് കഴിക്കുന്ന മരുന്നുകൾ സോറിയാസിസിന് കാരണമാകാറുണ്ടോ?

   അപൂർവ്വമായി ഇത് സംഭവിക്കാം. ഹൃദ്രോഗ ചികിത്സയിലു പയോഗിക്കുന്ന ബീറ്റ ബ്ലോക്കർ (Beta blocker), മാനസിക രോഗ ചികിത്സയിലുപയോഗിക്കുന്ന ലിതിയം (Lithium) എന്നിവ സാധ്യതാപട്ടികയിലുണ്ട്.

8. മാനസിക സമ്മർദ്ദം ഈ രോഗത്തിന്റെ തീവ്രത കൂട്ടുമെന്നത് ശരിയാണോ?

   ശരിയാണ്, മാനസിക സമ്മർദ്ദങ്ങൾ ഒഴിവാക്കാനുള്ള മാർഗ്ഗങ്ങൾ നല്ലതാണ്, അതു പോലെ അമിതമദ്യപാനം, പുകവലി എന്നി വയും ഒഴിവാക്കുന്നത് നല്ലതാണ്.

"Black face is not the problem,
but dark heart is... "

-Wolverine

കരിമംഗലം
(Melasma)

മദ്ധ്യവയസ്സിൽ മുഖത്തും കവിളുകളിലും നെറ്റിയിലും കാണുന്ന ഇളം തവിട്ട് നിറത്തിലോ കറുപ്പ് നിറത്തിലോ ഉള്ള പാടുകളെയാണ് കരിമംഗലം എന്ന് വിളിക്കുന്നത്.

കരിമംഗലത്തെ ഒരു പ്രാധാന്യമുള്ള രോഗമായി കണക്കാക്കിയിട്ടില്ലെങ്കിലും ഒരു മനുഷ്യന്റെ ഏറ്റവും ശ്രദ്ധിക്കപ്പെടുന്ന മുഖത്താണ് ഇത് ബാധിക്കുന്നത് എന്നതു കൊണ്ട്, ഇത് വലിയ മനപ്രയാസ്സമുണ്ടാക്കും.

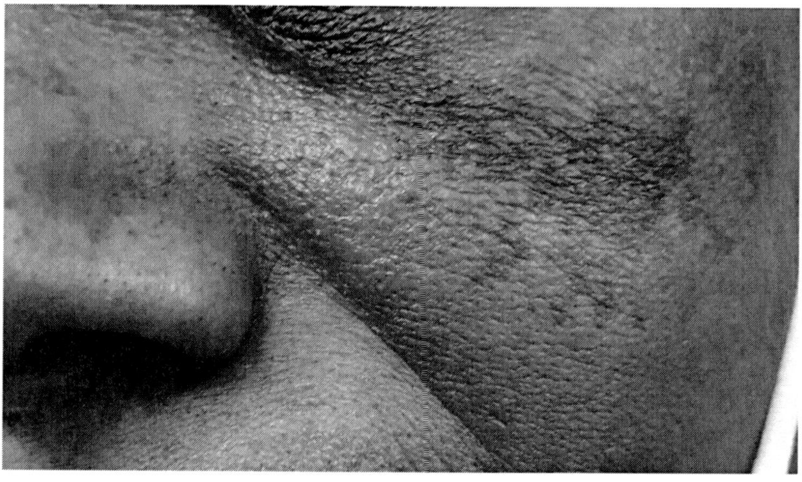

Melasma

Photo Courtesy: Dr. Radhamoney, Kottarakara

മുഖത്ത് എന്തുപറ്റി? എന്ന ചോദ്യം ഇവർക്ക് പലപ്പോഴും നേരിടേണ്ടി വന്നേക്കാം.

മധ്യവയസ്ക്കരായ സ്ത്രീകളേയും ഗർഭിണികളേയുമാണ് ഈ രോഗം പ്രധാനമായി ബാധിക്കുന്നത്. എങ്കിലും പുരുഷന്മാരിലും ഈ രോഗം അപൂർവ്വമല്ല. മൂന്നിലൊന്ന് രോഗികളില്ലെങ്കിലും ഒരു പാരമ്പര്യത്തിന്റെ ശൃംഖല കാണാറുണ്ട്.

രോഗകാരണം:

ത്വക്കിലെ മെലാനോസൈറ്റ്സ് കോശങ്ങളിലെ എണ്ണത്തിൽ വരുന്ന വർദ്ധനവും അമിത പ്രവർത്തനവുമാണ് ഈ രോഗത്തിന് കാരണം. വെയിൽ, ഗർഭിണികളിലുണ്ടാവുന്ന ഹോർമോൺ വ്യതിയാനങ്ങൾ, ഗർഭനിരോധന ഗുളികകൾ എന്നിങ്ങനെ കുറച്ചു കാര്യങ്ങൾക്ക് കരിമംഗലവുമായി ബന്ധമുണ്ടെന്ന് നിസംശ്ശയം പറയാം.

രോഗലക്ഷണങ്ങൾ

രണ്ട് കവിളുകളിലും നെറ്റിയിലും മൂക്കിലും ഉണ്ടാകുന്ന ഇളം തവിട്ട് നിറത്തിലോ കറുപ്പ് നിറത്തിലോ ഉണ്ടാകുന്ന പാടുകളാണ് രോഗലക്ഷണം. എല്ലാ രോഗികളിലും എല്ലാ ഭാഗത്തും രോഗം ബാധിക്കണമെന്നില്ല. അപൂർവ്വം ചിലർക്ക് താടിയെല്ലിന്റെ ഭാഗത്തും രോഗം കാണാറുണ്ട്. ഈ നിറവ്യത്യാസമല്ലാതെ ചൊറിച്ചിൽ, എരിച്ചിൽ എന്നിങ്ങനെയുള്ള പരാതികളൊന്നും ഈ രോഗികൾ ഉന്നയിക്കാറില്ല.

ചികിത്സ

ഈ രോഗമുള്ളവർ മുഖത്ത് വെയില് തട്ടാതെ സൂക്ഷിക്കേണ്ടത് അത്യാവശ്യമാണ്. ഗർഭനിരോധന ഗുളികകൾ കഴിക്കുന്നവർ ഡോക്ടറുടെ നിർദ്ദേശപ്രകാരം മറ്റ് മാർഗങ്ങളിലേക്ക് മാറുന്നത് നന്നായിരിക്കും.

കോജിക് ആസിഡ് (Kojic acid), അസീലിക്ക് ആസിഡ് (Azelaic acid) എന്നിവയുടെ ഉപയോഗം ഒരു ചർമ്മരോഗ വിദഗ്ധന്റെ മേൽനോട്ടത്തിൽ മാത്രം നടത്തേണ്ടതാണ്. സാധാരണ ചികിത്സ കൊണ്ട് ഫലം ലഭിക്കാത്തവർക്ക് കെമിക്കൽ പീലിങ്ങ് (Chemical Peeling), ലേസർ ചികിത്സകൾ ലഭ്യമാണ്. പുറത്ത് വെയിലിൽ ജോലിചെയ്യുന്നവർ സൺബ്ലോക്ക് ക്രീമുകൾ ഉപയോഗിക്കുന്നത് അഭികാമ്യമാണ്.

സ്റ്റിറോയിഡ് (Steroid) ചേർന്ന ലേപനങ്ങൾ മാർക്കറ്റിൽ നിന്ന് വാങ്ങി സ്വയം ചികിത്സ ചെയ്യുന്നത് പലപ്പോഴും 'വെളുക്കാൻ തേച്ചത് പാണ്ടായി' എന്ന അവസ്ഥ ഉണ്ടാക്കാറുണ്ട്. ഇത് ഒഴിവാക്കേണ്ടതാണ്.

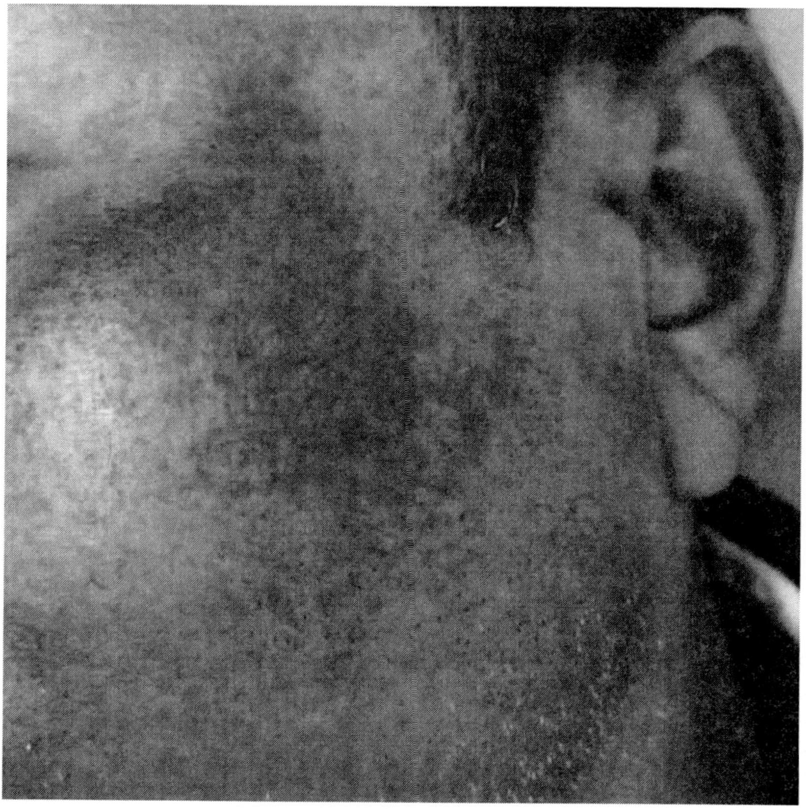

Melasma
Photo Courtesy: Dr. Radhamoney, Kottarakara

FAQs

1. കരിമംഗലം ദാമ്പത്യജീവിതത്തിലെ പ്രശ്നങ്ങളുമായി ബന്ധപ്പെട്ടതാണ് എന്ന് പറയുന്നത് ശരിയാണോ?

   ശരിയല്ല, ഒരു അടിസ്ഥാനവുമില്ലാത്ത ഒരു വിശ്വാസമാണ്, തിരുത്തപ്പെടേണ്ടതാണ്.

2. കരിമംഗലം പകരുന്ന രോഗമാണോ?

   ഒരിക്കലും പകരാൻ സാധ്യതയില്ല.

3. കരിമംഗലത്തിന് എന്തെങ്കിലും ഭക്ഷണങ്ങളുമായി ബന്ധമുണ്ടോ?

   എന്തു ഭക്ഷണവും കഴിക്കാം.

4. കരിമംഗലത്തിന് കരൾ രോഗവുമായി എന്തെങ്കിലും ബന്ധമുണ്ടോ?

   ബന്ധമില്ല.

"There is a low mist in the woods -
it is a good day to study Lichens''

-Henry David

ലൈക്കൻ പ്ലാനസ്സ്
(Lichen Planus)

ചർമ്മം, മുടി, നഖം, ശ്ലേഷ്മസ്തരങ്ങൾ (Mucosa) എന്നിവയെ ബാധിക്കുന്ന രോഗമാണ് ലൈക്കൻ പ്ലാനസ്. ലൈക്കൻ എന്നാൽ മരങ്ങളിലും പാറകളിലും പറ്റിപ്പിടിച്ച് പടർന്ന് നിറവ്യത്യാസമുണ്ടാക്കുന്ന ഒരു പായലാണ്, പ്ലാനസ് (Planus) എന്നാൽ ഗ്രീക്കിൽ പരന്നത് എന്ന് അർത്ഥം.

Lichen Planus
Photo Courtesy: Dr. Radhamoney, Kottarakara

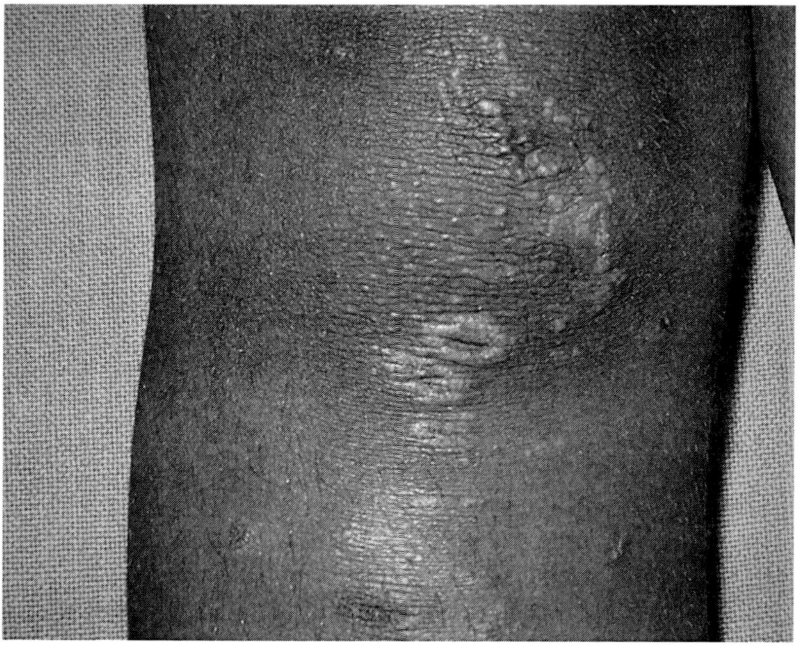

Lichen Planus
Photo Courtesy: Dr K.T. Ashique, Amanza Skin Clinic, Perinthalmanna

1869ൽ സർ ഇറാസ്മസ് വിൽസൻ (Sir Erasmus Wilson) എന്ന ബ്രിട്ടീഷ് സർജനാണ് രോഗത്തിന് ഈ പേര് നിർദ്ദേശിക്കുന്നത്. ലോകത്തിലെ മൊത്തം സ്ഥിതിവിവരക്കണക്കുകൾ നോക്കിയാൽ ഏകദേശം 1% വ്യക്തികൾക്ക് ഈ രോഗം വരുന്നുണ്ട്.

രോഗകാരണം

ത്വക്കിലെ കോശങ്ങൾക്കെതിരായി രക്തത്തിലെ ലിംഫോസൈറ്റ്സ് (lymphocytes) കോശങ്ങളുടെ പ്രവർത്തനമാണ് രോഗത്തിന്റെ അടിസ്ഥാനപ്രശ്നം. അതായത് നമ്മുടെ ശരീരത്തിലെ ചില കോശങ്ങൾക്കെതിരായി നമ്മുടെ ശരീരത്തിലെതന്നെ മറ്റ് ചില കോശങ്ങൾ നടത്തുന്ന പടയൊരുക്കം (Auto immune) എന്ന് വിശേഷിപ്പിക്കാം. ഇതുകൂടാതെ പാരമ്പര്യം ചില മരുന്നുകൾ, ചില വൈറസ് രോഗങ്ങൾ ഉദാഹരണത്തിന് ഹെപ്പറ്റൈറ്റിസ് സി (Hepatitis C) തുടങ്ങിയവയും രോഗത്തിന് കാരണമാകാം. പല്ലിന്റെ പോട് അടക്കാനുപയോഗിക്കുന്ന ചില രാസവസ്തുക്കൾ വായിലെ ലൈക്കൻ പ്ലാനസ്സിന് കാരണമാകുന്നുണ്ട്.

രോഗലക്ഷണങ്ങൾ

ലൈക്കൻ പ്ലാനസ്സ് രോഗം തൊലി, മുടി, നഖങ്ങൾ ശ്ലേഷ്മസ്തര ങ്ങൾ എന്നിവയെ ബാധിക്കുന്ന രോഗമാണെന്ന് നേരത്തെ പറഞ്ഞല്ലോ, എങ്കിലും ഇത് ഏറ്റവും കൂടുതൽ ബാധിക്കുന്നത് തൊലിയെ തന്നെ യാണ്.

വയലറ്റ് അല്ലെങ്കിൽ പർപ്പിൾ നിറത്തിൽ ത്വക്കിൽ തിണർപ്പായാണ് ഈ രോഗത്തിന്റെ ആരംഭം. തിണർപ്പുകൾ ഒന്നോ രണ്ടോ മുതൽ നൂറ് കണക്കിന് വരെ ഉണ്ടാകാം. കൈകാലുകളിലാണ് ഈ രോഗം കുടുതലായി കണ്ടുവരുന്നത് എങ്കിലും ശരീരത്തിന്റെ ഏതുഭാഗത്തും രോഗം ബാധിക്കാം. ശക്തമായ ചൊറിച്ചിലാണ് ഈ രോഗത്തിന്റെ മറ്റൊരു പ്രധാനലക്ഷണം. ചൊറിച്ചിൽ കൊണ്ട് ചർമ്മത്തിൽ മുറിവും അണുബാധയും ഉണ്ടാകാനുള്ള സാധ്യതയുണ്ട്.

വായിലെ ലൈക്കൻ പ്ലാനസ്സ് (Oral L.P)

വായിലെ ലൈക്കൻ പ്ലാനസ്സ് വായിൽ മാത്രമായോ, തൊലിയിൽ ബാധിക്കുന്ന രോഗത്തിന്റെ ഭാഗമായോ വരാം. പ്രധാനമായും കവി ളിലെ ശ്ലേഷ്മസ്തരങ്ങളെയാണ് ഇത് ബാധിക്കുന്നത്. നാക്ക്, ചുണ്ട്, മോണകൾ എന്നീ ഭാഗങ്ങളേയും ബാധിക്കാം. ഇളംവയലറ്റ് നിറത്തിലോ വെള്ളനിറത്തിലോ ഉള്ള പാടുകളോ മുറിവുകളോ ആയാണ് രോഗം പ്രത്യക്ഷപ്പെടുന്നത്. വേദനയും ഭക്ഷണം കഴിക്കുമ്പോൾ ബുദ്ധിമുട്ടു കളും ഉണ്ടാകാം. വളരെ അപൂർവ്വമായി വായിലെ ലൈക്കൻ പ്ലാനസ്സ് അർബുദത്തിന് കാരണമാകാറുണ്ട്.

ചികിത്സാരീതികൾ

ലൈക്കൻ പ്ലാനസ്സ് ചികിത്സയ്ക്ക് വഴങ്ങുന്ന രോഗമാണെങ്കിലും മാസങ്ങളോളം നീണ്ട് നിൽക്കുന്ന ചികിത്സ ആവശ്യമായിവന്നേക്കാം. ശരിയായ ചികിത്സ ലഭിക്കുകയാണെങ്കിൽ 80% ശതമാനം രോഗികളിലും ഈ രോഗം 3 മുതൽ 6 മാസം കൊണ്ട് ഭേദപ്പെടുന്നതാണ്.

ചെറിയ തോതിൽ മാത്രം രോഗം ബാധിച്ചവർക്ക് ഡോക്ടർ നിർ ദ്ദേശിക്കുന്ന സ്റ്റിറോയിഡ് ക്രീമും (Topical steroid) ചൊറിച്ചിൽ കുറ യ്ക്കുവാനുള്ള ഗുളികകളും മതിയാകും.

ശരീരത്തിൽ പടർന്ന് പിടിച്ച രോഗമുള്ളവർക്കും മുടി, നഖം എന്നീ ഭാഗങ്ങളെ ബാധിക്കുന്ന രോഗമുള്ളവർക്കും വിശദമായ ചികിത്സ വേണ്ടിവരും.

ചിലർക്ക് സ്റ്റിറോയിഡ് ഗുളികളും മറ്റ് ചിലർക്ക് അസിട്രെറ്റിൻ (Acitretin), മെത്തോട്രെക്സേറ്റ് (Methotrexate) മുതലായ മരുന്നുകളും ഡോക്ടറുടെ നിർദ്ദേശമനുസരിച്ച് ഉപയോഗിക്കേണ്ടി വരും.

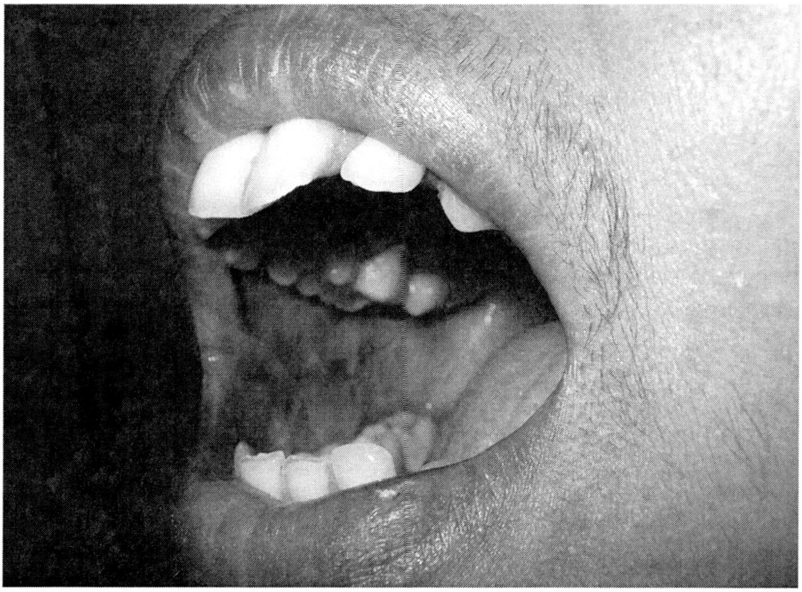

Oral Lichen Planus
Photo Courtesy: Dr K.T. Ashique, Amanza Skin Clinic, Perinthalmanna

FAQ ലൈക്കൻ പ്ലാനസ്സ്

1. ലൈക്കൻ പ്ലാനസ്സ് പകരുന്നരോഗമാണോ? ഒരിക്കലുമില്ല ഇത് ഒരു പകർച്ച വ്യാധിയല്ല.
2. ലൈക്കൻ പ്ലാനസ്സ് ചികിത്സ എത്രനാൾ വേണ്ടിവരും? ലൈക്കൽ പ്ലാനസ്സിന്റെ ചികിത്സ മാസങ്ങളും വർഷങ്ങളും നീണ്ടുപോയേക്കാം.
3. ലൈക്കൻ പ്ലാനസ്സ് രോഗം ഒരിക്കൽ ചികിത്സിച്ച് മാറ്റിയാൽ വീണ്ടും വരാനുള്ള സാധ്യതയുണ്ടോ? ഒരു ചെറിയ ശതമാനം ആളുകളിൽ രോഗം വീണ്ടും വരാനുള്ള സാധ്യതയുണ്ട്.
4. ലൈക്കൻ പ്ലാനസ്സ് വരാതിരിക്കാൻ എന്തെങ്കിലും മുൻകരുതൽ എടുക്കാനാകുമോ?

   ഇത് ഒരു ഓട്ടോ ഇമ്മ്യൂൻ രോഗമായതുകൊണ്ട് പ്രത്യേകിച്ച് എന്തെങ്കിലും നിർദ്ദേശിക്കാനാവില്ല.
5. വായിലെ ലൈക്കൻ പ്ലാനസ്സ് ക്യാൻസറിന് കാരണമാകുമോ?

   വളരെ ചെറിയ ശതമാനം പേരിൽ മാത്രമേ ഇതിന് സാധ്യതയുള്ളൂ ശരിയായ ചികിത്സയും നിരീക്ഷണവും കൊണ്ട് ഇതിന്റെ സാധ്യത തടയാൻ സാധിക്കും.

"Chronic urticaria is the delight of inquiring mind,
to find treatment find the cause"
-Walter B. Shelly

ചൊറിഞ്ഞു തിണർപ്പ്
(Urticaria)

സാധാരണമായി കാണുന്ന ചർമ്മ രോഗത്തിന്റെ ഗണത്തിൽ പെട്ടതാണ് അർട്ടിക്കേറിയ (Urticaria). 10% മുതൽ 20% വരെ മനുഷ്യർക്ക് ജീവിതത്തിൽ ഒരിക്കലെങ്കിലും ഈ രോഗം വരുന്നുണ്ടെന്നാണ് കണക്കുകൾ സൂചിപ്പിക്കുന്നത്. അർട്ടിക്കേറിയയുടെ കുറച്ചുകൂടി ശക്തമായ അവതാരത്തെയാണ് അൻജിയോഎഡിമ (Angioedema) എന്ന് വിളിക്കുന്നത്. ഇവിടെ ചർമ്മത്തെ കൂടാതെ ചർമ്മത്തിന് അടിയിലെ പ്രതലങ്ങളെക്കൂടെ രോഗം ബാധിക്കുന്നു.

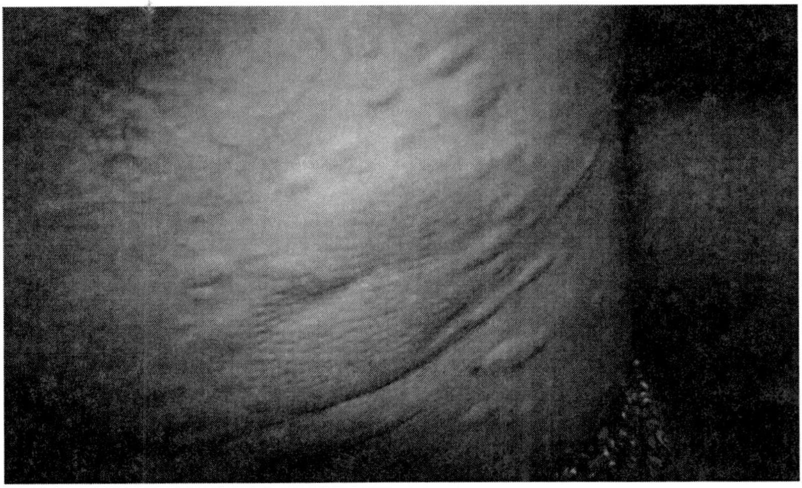

Urticaria
Photo Courtesy: Dr Prathibha MS

കുട്ടികളാണ് ഈ രോഗത്തിന്റെ സാധാരണ ഇരകളെങ്കിലും, എല്ലാ പ്രായക്കാരേയും ഈ രോഗം ബാധിക്കാറുണ്ട്.

ചർമ്മത്തിൽ ഹിസ്റ്റമിൻ (Histamine) എന്ന രാസപദാർത്ഥത്തിന്റെ പ്രവർത്തനമാണ് ഈ രോഗത്തിന് കാരണം. മാസ്റ്റ് സെൽസ് (Mast cells) എന്ന കോശങ്ങളിലാണ് ഹിസ്റ്റമിൻ സംഭരിച്ചിരിക്കുന്നത്. ഇത് ചർമത്തിലും; വായിലേയും കുടലിലേയും ശ്വാസനാളത്തിലേയും ശ്ലേഷ്മസ്തരങ്ങളിലും (Mucosa) കാണപ്പെടുന്നു. ചില പ്രത്യേക സാഹചര്യങ്ങളിൽ ഹിസ്റ്റമിൻ ചർമ്മത്തിലേക്കും ശ്ലേഷമസ്തരങ്ങളിലേക്കും മാസ്റ്റ് സെൽ കോശങ്ങളിൽ നിന്ന് പുറത്തുവരുമ്പോഴാണ് ഈ രോഗത്തിന്റെ ലക്ഷണങ്ങൾ ആരംഭിക്കുന്നത്.

രോഗകാരണങ്ങൾ

അർട്ടിക്കേറിയ എന്ന രോഗം പല കാരണങ്ങൾകൊണ്ട് ഉണ്ടാകാം. പല രോഗികളിലും കൃത്യമായ കാരണം കണ്ടുപിടിക്കാൻ ബുദ്ധിമുട്ടാണ്.

സാധാരണ കാരണങ്ങൾ

1. ചില ഭക്ഷണങ്ങളോടുള്ള അലർജി, ഉദാഹരണത്തിന് ഞണ്ട്, ചെമ്മീൻ, മുട്ട, ബേക്കറി പലഹാരങ്ങളിലും മറ്റും ചേർക്കുന്ന നിറങ്ങൾ.
2. ശരീരത്തിലുണ്ടാകുന്ന അണുബാധ. ഇത് ചിലപ്പോൾ ചില വൈറസുകളാകാം, ചിലപ്പോൾ ബാക്ടീരിയ ആകാം. ചിലപ്പോൾ കുടലിലുണ്ടാകുന്ന വിരകളോ കൃമികളോ ആകാം.
3. ചില പ്രാണികളുടെയും മറ്റും കടിയോ സ്പർശനമോ, കടന്നൽ, തേനീച്ച എന്നിവയുടെ കുത്ത്.
4. ചില മരുന്നുകൾ, ഉദാഹരണത്തിന് വേദന സംഹാരികൾ, രക്തസമ്മർദ്ദത്തിന് കഴിക്കുന്ന ചിലമരുന്നുകൾ, ആന്റിബയോട്ടിക്കുകൾ.

രോഗലക്ഷണങ്ങൾ

ശക്തമായ ചൊറിച്ചിലാണ് അർട്ടിക്കേറിയ രോഗത്തിന്റെ പ്രധാന ലക്ഷണം. ചൊറിച്ചിലിനോട് കൂടി ചർമ്മം ചുവന്ന് തിണർത്തു വരും. ചുവപ്പും തിണർപ്പും ശരീരത്തിന്റെ ചിലഭാഗങ്ങളിൽ മാത്രമായോ, ചിലപ്പോൾ ശരീരം മുഴുവനായോ കാണപ്പെടാം.

ചില രോഗികൾക്ക് ചൊറിച്ചിലിനോടൊപ്പം, വയറ് വേദനയും നേരിയ തോതിലുള്ള ശ്വാസതടസ്സവും അനുഭവപ്പെടാറുണ്ട്. ഈ രോഗത്തിന്റെ തീവ്രതകൂടിയ രൂപമായ ആൻജിയോ എഡിമ എന്ന രോഗമുള്ളവർക്ക്; തിണർപ്പിന് പകരമായി ശരീരത്തിന്റെ ചിലഭാഗങ്ങളിൽ പെട്ടെന്ന് ഉണ്ടാകുന്ന മുഴകളായാണ് രോഗം പ്രത്യക്ഷപ്പെടുന്നത്.

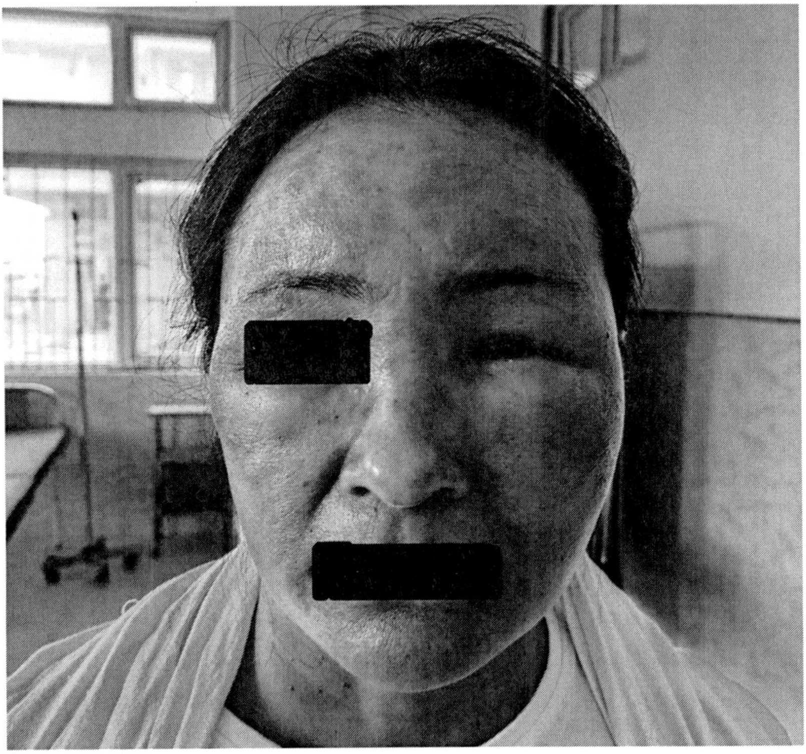

Angioedema Face
Photo Courtesy: Dr Prathibha MS

അർട്ടിക്കേറിയ പലതരം

ശാസ്ത്രീയമായ ഏകദേശം 10 തരത്തിൽപ്പെട്ട അർട്ടിക്കേറിയകൾ ഉണ്ടെങ്കിലും സാധാരണക്കാരെ സംബന്ധിച്ചിടത്തോളം ഇതിനെ രണ്ടായി വേർതിരിച്ചാൽ മതിയാകും.

1. അക്യൂട്ട് അർട്ടിക്കേറിയ (Acute Urticaria)

ശക്തമായ ചൊറിച്ചിലും, തിണർപ്പുമായിവരുന്ന ഇത്തരം അർട്ടിക്കേറിയ മിക്കവാറും ഒരാഴ്ചക്കുള്ളിൽ തന്നെ ശമിക്കുന്നതായാണ് കാണുന്നത്. ചിലർക്ക് ഇത് ഒരു മാസത്തോളം നീണ്ടു നിൽക്കാം.

2. ക്രോണിക്ക് അർട്ടിക്കേറിയ (Chronic Urticaria)

ഈരോഗം ആറ് ആഴ്ചയിൽ കൂടുതൽ നീണ്ടു നിൽക്കുമ്പോഴാണ് ഈ പേര് വിളിക്കുന്നത്. രോഗം ഈ ഘട്ടത്തിലേക്ക് കടന്നാൽ ഇതിന്റെ

കാരണം കണ്ടുപിടിക്കാനുള്ള കൂടുതൽ ടെസ്റ്റുകളും നീണ്ടു നിൽക്കുന്ന ചികിത്സയും ആവശ്യമാണ്. രോഗിയുടെ ജീവിതഗുണനിലവാരത്തെ (Quality of Life) ബാധിക്കാതിരിക്കാനുള്ള മുൻകരുതലുകൾ ആവശ്യമാണ്.

ചികിത്സ

ഭൂരിഭാഗം അർട്ടിക്കേറിയ രോഗികളിലും ചികിത്സ ബുദ്ധിമുട്ടില്ലാത്തതും പെട്ടെന്നു തന്നെ ഫലം തരുന്നതുമാണ്. ചെറിയ ഒരു വിഭാഗം രോഗികളിൽ ചികിത്സ കുറച്ച് സങ്കീർണ്ണമാണ്. ഇത്തരം രോഗികളെ കുറച്ച് ദിവസം ആശുപത്രിയിൽ പ്രവേശിപ്പിച്ച് ഇൻജെക്ഷനുകളും മറ്റും നൽകി നിരീക്ഷിക്കേണ്ടതായി വരും.

ആന്റിഹിസ്റ്റമിൻസ് (Antihistamines) വിഭാഗത്തിൽപ്പെട്ട മരുന്നുകളാണ് ഈ രോഗത്തിന്റെ ചികിത്സയുടെ അടിസ്ഥാനശില.

വിവിധ വിഭാഗത്തിൽപെട്ട ആന്റിഹിസ്റ്റമിൻസ് ഇപ്പോൾ ലഭ്യമാണ്. ഇത് രോഗത്തിന്റെ കാഠിന്യവും രോഗിയുടെ ജോലിയും പ്രായവും നോക്കി ഒരു ചർമ്മരോഗ ഡോക്ടറുടെ നിർദ്ദേശത്തിൽ ഉപയോഗിക്കേണ്ടതാണ്. ചില ആന്റിഹിസ്റ്റമിൻ മരുന്നുകൾ ശരീരക്ഷീണവും ഉറക്ക കൂടുതലും ഉണ്ടാക്കാറുണ്ട്. അതുകൊണ്ട് തന്നെ സ്വയം ചികിത്സ പലപ്പോഴും അപകടകരമാണ്.

അക്യൂട്ട് അർട്ടിക്കേറിയ വിഭാഗത്തിൽപെട്ട രോഗികളുടെ ചികിത്സ പ്രയാസമില്ലാതെ ഒന്നോ രണ്ടോ ആഴ്ചകൊണ്ട് പൂർത്തിയാക്കാവുന്നതാണ്. ഈ വിഭാഗത്തിൽ രോഗികൾ അധികവും കുട്ടികളായതുകൊണ്ട് മാതാപിതാക്കളുടെ ആശങ്കകൾ പരിഹരിക്കാനുള്ള ദൗത്യംകൂടി ചികിത്സകൻ ഏറ്റെടുക്കേണ്ടതുണ്ട്.

ക്രോണിക്ക് അർട്ടിക്കേറിയയുടെ ചികിത്സ രോഗിക്കും ചികിത്സകനും ഒരു പോലെ വെല്ലുവിളിയാണ്. രോഗത്തിന് കൃത്യമായ ഒരു കാരണം കണ്ടുപിടിക്കുക എന്നതാണ് പ്രധാനം. പക്ഷേ പല രോഗികളിലും ഇതിന് കഴിയാറില്ല. ആന്റിഹിസ്റ്റമിൻ മരുന്നുകൾ ഒരു ഡോക്ടറുടെ നിർദ്ദേശത്തിൽ തുടർച്ചയായി കഴിക്കുക എന്നതാണ് ഈ രോഗികളിൽ കരണീയമായിട്ടുള്ളത്. രോഗിയുടെ ജീവിതത്തെയും ജീവനോപാധികളെയും ബാധിക്കാത്ത തരത്തിൽ ചികിത്സ മുന്നോട്ട് പോകണം.

"അവിടവിടെ പതിരായി നിന്ന വെള്ളിരോമങ്ങളുടെ
തടങ്ങളിലത്രയും താരണം പിടിച്ചിരുന്നു.
അവിടെ ചാരനിറത്തിലുള്ള പേനുകൾ പൊരിഞ്ഞു പൊന്തി.
ദാഹിച്ച്, ഭയന്ന്, താരണത്തിലൂടെ അവ കറങ്ങിപ്പാഞ്ഞു."

ഒ.വി. വിജയൻ
(ഖസാക്കിന്റെ ഇതിഹാസം)

താരനും, സെബോറിക്ക് ഡെർമറ്റൈറ്റിസും
(Dandruff and Seborrhoeic Dermatitis)

സാധാരണ കാണുന്ന ത്വക്ക് രോഗങ്ങളുടെ ഗണത്തിൽ പെട്ടതാണ് താരനും, സെബോറിക്ക് ഡെർമറ്റൈറ്റിസും. ഈ രണ്ട് രോഗങ്ങളും ഒരു രോഗത്തിന്റെ തന്നെ വിവിധ തലങ്ങളാണ് (Spectrum of disease). തലയിൽ മാത്രം ബാധിക്കുമ്പോൾ ഈ രോഗത്തെ താരൻ എന്ന്

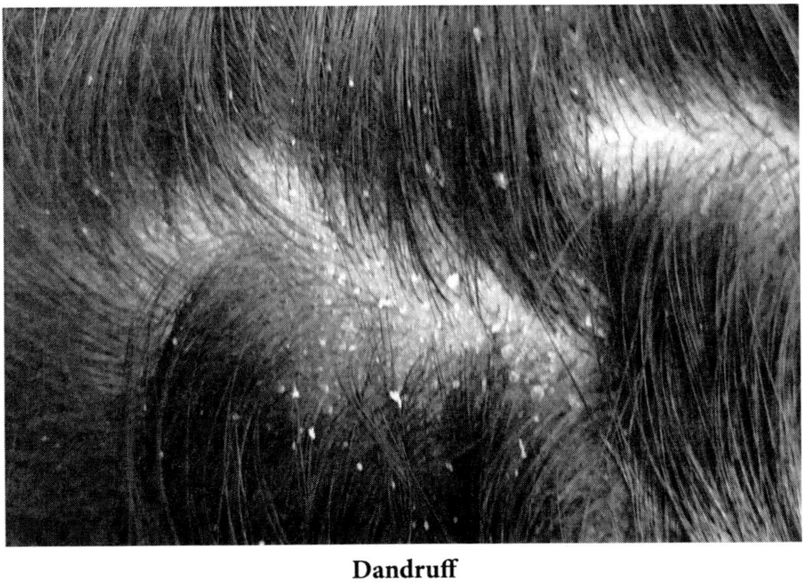

Dandruff
Photo Courtesy: Dr Radhamoney, Kottarakkara

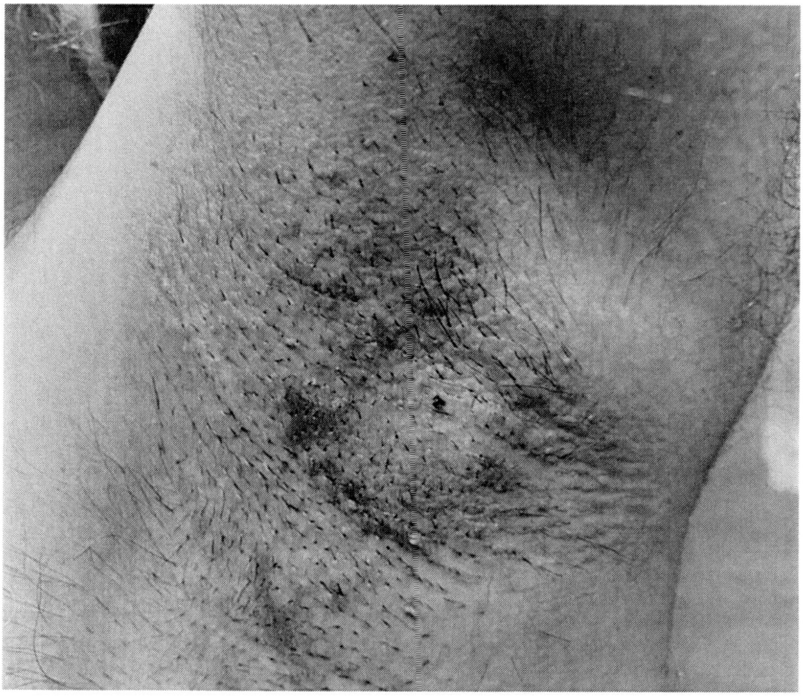

Seborrhoeic Dermatitis Axilla
Photo Courtesy: Dr Unnikrishnan, Adelaide

വിളിക്കുന്നു. മറ്റ് ശരീരഭാഗങ്ങളിലേക്ക് കൂടി പടരുമ്പോൾ ഇതിനെ സെബോറിക്ക് ഡെർമറ്റൈറ്റിസ് എന്ന് വിളിക്കുന്നു.

രോഗകാരണം

മലാസീസ്യ (Malassezia) വിഭാഗത്തിൽപ്പെട്ട ഒരു യീസ്റ്റ് (Yeast) ആണ് രോഗത്തിന് കാരണം.

സെബേഷ്യസ് ഗ്രന്ഥികൾ (Sebaceous glands) ഉല്പാദിപ്പിക്കുന്ന കൊഴുപ്പിൽ (Sebum), ഈ അണുക്കൾ പ്രവർത്തിക്കുമ്പോഴുണ്ടാകുന്ന രാസമാറ്റങ്ങളാണ് ഈ രോഗത്തിന് നിദാനം. സ്ഥിതിവിവരകണക്കുകൾ നോക്കിയാൽ 10-20 ശതമാനം വരെ വ്യക്തികളിലും, ചെറിയ തോതിലെങ്കിലും താരൻ കണ്ട് വരുന്നുണ്ട്.

രോഗലക്ഷണങ്ങൾ

ചർമ്മത്തിലുണ്ടാകുന്ന ചൊറിച്ചിൽ, ഇളംചുവപ്പ് നിറം, എണ്ണമയമുള്ള ചെറിയ ചിതമ്പലുകൾ തുടങ്ങിയവയാണ് പ്രധാന രോഗ ലക്ഷണങ്ങൾ.

തലയിൽ മാത്രം രോഗലക്ഷണങ്ങൾ കാണുമ്പോൾ ഇതിനെ താരൻ എന്ന് വിളിക്കുന്നു. രോഗം കുറച്ച് ശക്തമാകുമ്പോൾ ഇത് പുരികം, മൂക്കിന്റെ വശങ്ങൾ, ചെവിയുടെ പിൻഭാഗം, കക്ഷം, പൊക്കിളിന് ചുറ്റും, കാലിന്റെ ഒടിഭാഗം, സ്ത്രീകളിൽ മാറിന്റെ താഴ്ഭാഗം എന്നിവടങ്ങിലേക്ക് കൂടി ബാധിക്കുന്നു.

രോഗികളുടെ പ്രായമനുസരിച്ച് ഈ രോഗത്തെ രണ്ടായി തരംതിരിക്കാം. ചെറിയ കുട്ടികളിൽ വരുന്ന (മൂന്ന് മാസത്തിൽ താഴെ) രോഗത്തെ ഇൻഫാൻറ്റൈൽ സെബോറിക്ക് ഡെർമറ്റൈറ്റിസ് (Infantile Seborrhoeic Dermatitis) എന്നും പ്രായമായവരിൽ വരുന്ന രോഗത്തെ അഡൾട്ട് സെബോറിക്ക് സെർമറ്റൈറ്റിസ് (Adult Seborrhoeic Dermatitis) എന്നും വിളിക്കുന്നു. ഏത് പ്രായക്കാരെയും രോഗം ബാധിക്കാമെങ്കിലും 30 വയസ്സു മുതൽ 60 വയസ്സ് വരെയുള്ളവരിലാണ് ഈ രോഗം അധികമായി കണ്ടുവരുന്നത്. ചൂടുള്ള കാലാവസ്ഥയിൽ വിയർത്ത് ജോലി ചെയ്യുന്നവരിൽ ഈ രോഗം കൂടുതലായി കണ്ടുവരുന്നുണ്ട്.

പ്രതിരോധശക്തി കുറഞ്ഞവരിൽ രോഗസാധ്യത കൂടുതലാണ്. ഉദാഹരണത്തിന് HIV ബാധിതർ, അവയവദാനം സ്വീകരിച്ചവർ. HIV

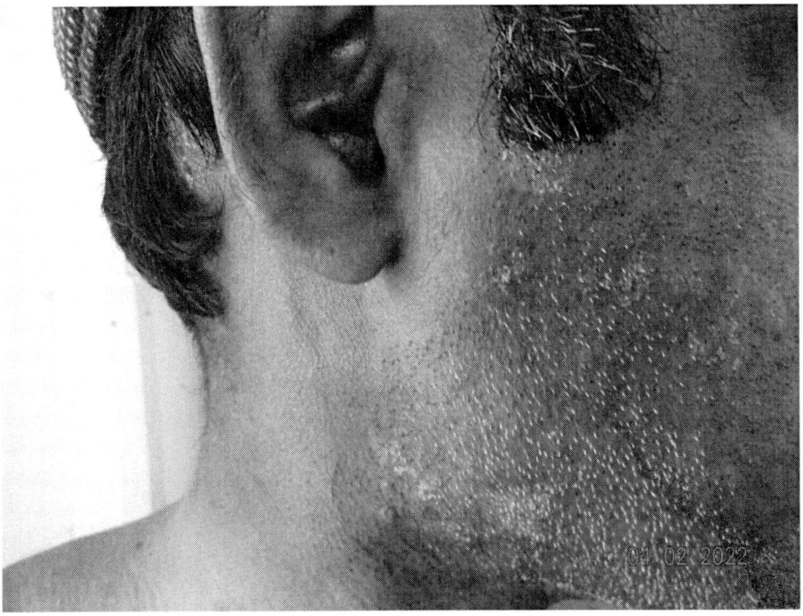

Seborrhoeic Dermatitis
Photo Courtesy: Tirur Mission Hospital

ബാധിതരിൽ നടത്തിയ പഠനത്തിൽ 60 മുതൽ 80 ശതമാനം വരെ രോഗികളിൽ ഈ രോഗം ബാധിച്ചതായി കണ്ടിട്ടുണ്ട്.

പാർക്കിൻസൻസ് രോഗം ബാധിച്ചവരിലും ചില ലിംഫോമാ (Lymphoma) രോഗികളിലും ഈ രോഗം സാധാരണയിൽ കൂടുതലാണ്.

ചികിത്സ

ഗൗരവമുള്ള രോഗമല്ലെങ്കിലും ഈ രോഗം രോഗികൾക്ക് പലപ്പോഴും ഒരു ശല്യമായി അനുഭവപ്പെടാറുണ്ട്. ചികിത്സകൊണ്ട് പെട്ടെന്ന് ഫലം ലഭിക്കുന്ന രോഗമാണ് സെബോറിക്ക് ഡെർമറ്റൈറ്റിസ് എങ്കിലും രോഗം വീണ്ടും വരാനുള്ള സാധ്യത വളരെ കൂടുതലാണ്.

ചെറിയതോതിൽ താരൻ മാത്രമുള്ള രോഗികൾക്ക് കീറ്റോകോണസോൾ (Ketoconazole) ഷാംപൂ ഡോക്ടറുടെ നിർദ്ദേശപ്രകാരം ഉപയോഗിച്ചാൽ ഫലപ്രദമാണ്.

ശരീരത്തിൽ ചെറിയതോതിൽ രോഗം ബാധിച്ചവർക്ക് ആന്റിഫംഗൽ ലേപനങ്ങളും, വീര്യംകുറഞ്ഞ സ്റ്റിറോയിഡ് ലേപനങ്ങളും ഗുണം ചെയ്യും.

ശക്തമായ ചൊറിച്ചിലുള്ളവർക്ക് ചൊറിച്ചിൽ സംഹാരികൾ ഉള്ളിലേക്ക് കഴിക്കേണ്ടിവരും (Antihistamines). രോഗത്തിന്റെ കാഠിന്യമനുസരിച്ച് ചിലപ്പോൾ ആന്റിഫംഗൽ ഗുളികകൾ ആവശ്യം വന്നേക്കാം.

രോഗസാധ്യത കൂടിയ ശരീരഭാഗങ്ങൾ സോപ്പ് ഉപയോഗിച്ച് രണ്ടു നേരം കഴുകുന്നതും, അയഞ്ഞ പരുത്തി വസ്ത്രങ്ങൾ ധരിക്കുന്നതും ഒരു പരിധിവരെ സഹായകമാണ്.

FAQs

1. സെബോറിക്ക് ഡെർമറ്റൈറ്റിസ് പകരുന്ന രോഗമാണോ?

   പകരുന്ന രോഗമായി കണക്കാക്കിയിട്ടില്ല.

2. എന്തെങ്കിലും ഭക്ഷണങ്ങൾ ഒഴിവാക്കേണ്ടതുണ്ടോ?

   എല്ലാ ഭക്ഷണവും കഴിക്കാവുന്നതാണ്.

3. താരൻ മൂലം മുടി കൊഴിയുമോ?

   മുടി കൊഴിയാൻ സാധ്യതയില്ല.

Diagnosis is recognition,Therapy is cognition.

-Walter B. Shelly

പിറ്റീരിയാസിസ് റോസിയ
(Pitiriyasis Rosea)

മല പോലെ വന്ന് എലി പോലെ പോകുന്ന ഒരു ത്വക്ക് രോഗമാണ് പിറ്റീരിയാസിസ് റോസിയ. ഇളംചുവപ്പ് നിറത്തിലുള്ള ചെറിയ ചെതമ്പലുകൾ നിറഞ്ഞ വൃത്താകൃതിയിലും അണ്ഡാകൃതിയിലും ഉള്ള അസംഖ്യം പുള്ളികൾ ദിവസങ്ങൾക്കുള്ളിൽ ശരീരമാകെ പൊന്തിവരുന്നത് രോഗിയെയും ബന്ധുക്കളേയും ഒട്ടൊന്ന് ഭയപ്പെടുത്തിയേക്കാം. പക്ഷേ ഈ രോഗം നിരുപദ്രവകാരിയാണ്. പ്രത്യേകിച്ച് ചികിത്സകളൊന്നുമില്ലാതെ തന്നെ ആഴ്ചകൾക്കുള്ളിൽ അപ്രത്യക്ഷമായേക്കാം.

രോഗകാരണം

ഹ്യൂമൻ ഹെർപ്പിസ് വൈറസ് 6, 7 എന്നീ (Human Herpes Virus 6, 7) വിഭാഗങ്ങളാണ് ഈ രോഗത്തിന് കാരണമെന്നാണ് ഇപ്പോഴത്തെ നിഗമനം.

പലപ്പോഴും തൊണ്ടയിൽകൂടിയാണ് ഈ രോഗാണു ശരീരത്തിൽ പ്രവേശിക്കുന്നത്.

രോഗലക്ഷണങ്ങൾ

അസംഖ്യം വൃത്താകൃതിയിലോ അണ്ഡാകൃതിയിലോ ഉള്ള ചെറിയ ചെതമ്പലോടുകൂടിയ പുള്ളികൾ ശരീരമാകെ പൊന്തിവരുന്നതാണ് ഈ രോഗത്തിന്റെ ലക്ഷണം. മുഖം, കൈകാലുകൾ എന്നീഭാഗങ്ങളെ ഈ രോഗം പൊതുവേ ബാധിക്കാറില്ല. ഈ രോഗം ബാധിച്ച രോഗികൾക്ക് ചൊറിച്ചിൽ അനുഭവപ്പെടാറില്ല. എങ്കിലും അപൂർവ്വം രോഗികൾക്ക് ചൊറിച്ചിൽ അനുഭവപ്പെടാം.

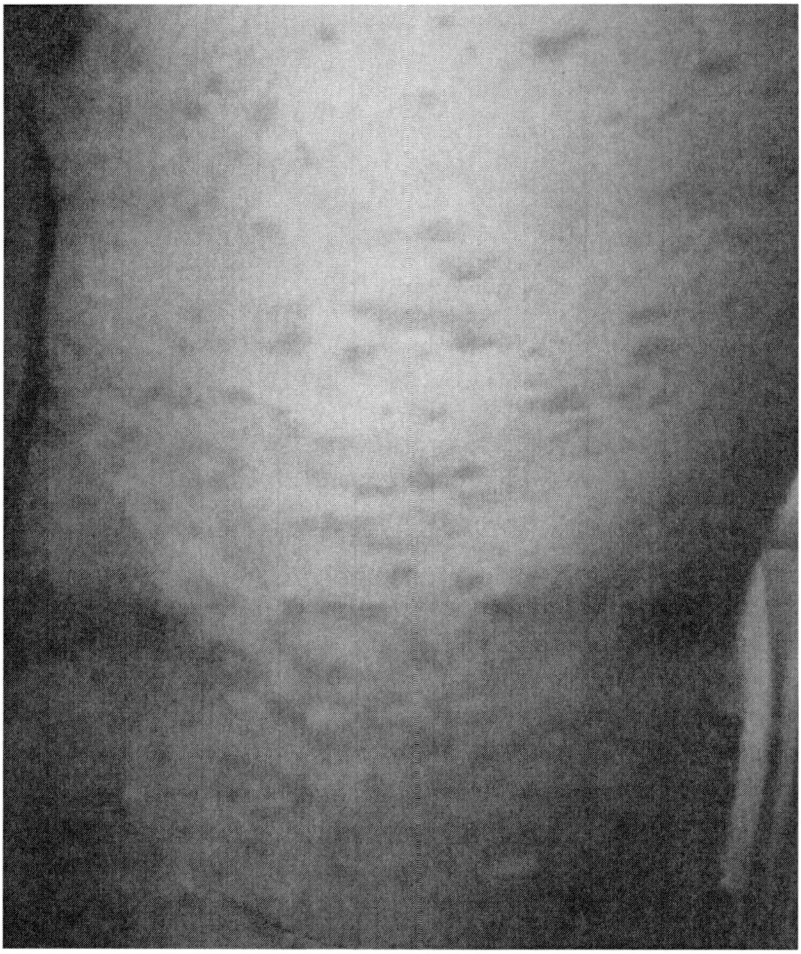

Pitiriasis Rosea
Photo Courtesy: Tirur Mission Hospital

ചികിത്സ

കാര്യമായ ചികിത്സകളൊന്നുമില്ലാതെ തന്നെ മാറുന്ന രോഗമാണിത്. ഈ കാര്യം രോഗിയെ ബോധ്യപ്പെടുത്തുന്നതാണ് ചികിത്സയുടെ ആദ്യപടി. മോയ്ശ്ചറൈസിങ്ങ് ക്രീമുകൾ, കലാമിൻ ലോഷൻ എന്നിവ ചെറിയ ചൊറിച്ചിലുള്ള രോഗികൾക്ക് ഫലപ്രദമാണ്.

Medical science has proven time and again that
when resources are provided, great progress in the treatment,
cure and prevention of the disease can occur.

-Michael J. Fox

ചർമ്മരോഗ ചികിത്സയിലെ ആധുനിക സങ്കേതങ്ങൾ

ശരീരത്തിൽ ഒട്ടിപ്പിടിക്കുന്ന ഓയിൻമെന്റുകളും എണ്ണകളും മറ്റുമായി ചികിത്സ രോഗത്തെക്കാൾ ദുഷ്കരമായിരുന്ന ഒരു കാലമുണ്ടായിരുന്നു. കഴിഞ്ഞ അര നൂറ്റാണ്ടിലാണ് ചർമ്മരോഗ ചികിത്സ അഭൂതപൂർവ്വമായ വളർച്ച കൈവരിച്ചത്. ചികിത്സയില്ലാതിരുന്ന അനേകം രോഗങ്ങൾക്ക് ചികിത്സ കണ്ടുപിടിച്ചു. പൂർണ്ണമായി മാറ്റാൻ പറ്റാത്ത രോഗങ്ങളെ നിയന്ത്രിച്ച് നിർത്തി ജീവിതം സുഗമമായി മുന്നോട്ടു കൊണ്ടുപോകുവാനുള്ള മാർഗങ്ങൾ കണ്ടെത്തി.

മരുന്നുകൾ കൊണ്ടും, ലേപനങ്ങൾ കൊണ്ടും ചികിത്സിച്ച് മാറ്റാൻ കഴിയാത്ത പ്രശ്നങ്ങൾക്ക് ആധുനിക ഉപകരണങ്ങളുടെ സഹായത്തോടെയുള്ള ചികിത്സകൾ ലഭ്യമായി. ഇത്തരത്തിലുള്ള ചില ഉപകരണങ്ങളെയാണ് പരിചയപ്പെടുത്തുന്നത്.

ഇലക്ട്രോകോട്ടറിയും റേഡിയോ ഫ്രീക്വൻസികോട്ടറിയും
(Electrocautery and Radiofrequency cautery)

ചർമ്മരോഗ ചികിത്സാ രംഗത്ത് വ്യാപകമായി ഉപയോഗിക്കുന്ന ഒരു ഉപകരണമാണ് കോട്ടറി. ഒരു ട്രാൻസ്ഫോമറിന്റെയും ഇലക്ട്രോഡുകളുടെയും സഹായത്തോടെ വൈദ്യുതോർജ്ജത്തെ താപോർജ്ജമാക്കി മാറ്റുന്ന ഒരു ഉപകരണമാണ് ഇത്.

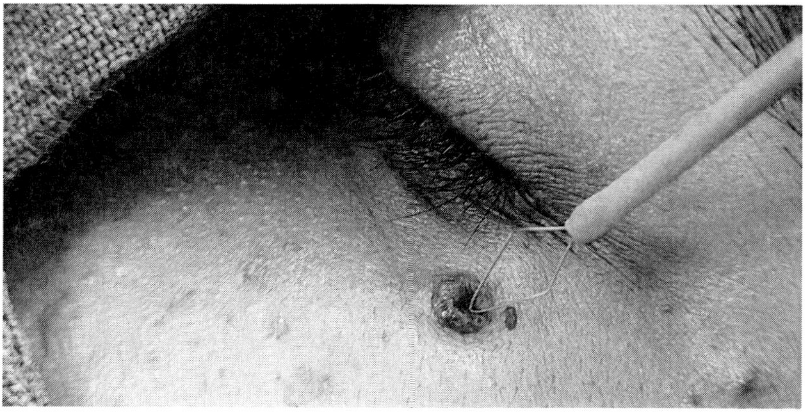

R F Cautery
Photo Courtesy: Dr K.T. Ashique, Amanza Skin Clinic, Perinthalmanna

അരിമ്പാറ, പാലുണ്ണി, മുഖത്തും കഴുത്തിലും ഉണ്ടാകുന്ന ചെറിയ ചർമ്മ വളർച്ചകൾ (Dermatosis Papulosis nigricans) സെബോറിക്ക് കെരാറ്റോസിസ് (Seborrhoeic Keratosis) എന്നിവയുടെ ചികിത്സയ്ക്കാണ് ഈ ഉപകരണം വ്യാപകമായി ഉപയോഗിക്കുന്നത്

ക്രയോതെറാപ്പി (Cryotherapy)

പേര് സൂചിപ്പിക്കുന്നതു പോലെ തന്നെ വളരെ താഴ്ന്ന താപനില ഉപയോഗിച്ച് ചികിത്സ നടത്തുന്ന പ്രക്രിയയാണ് ഇത്.

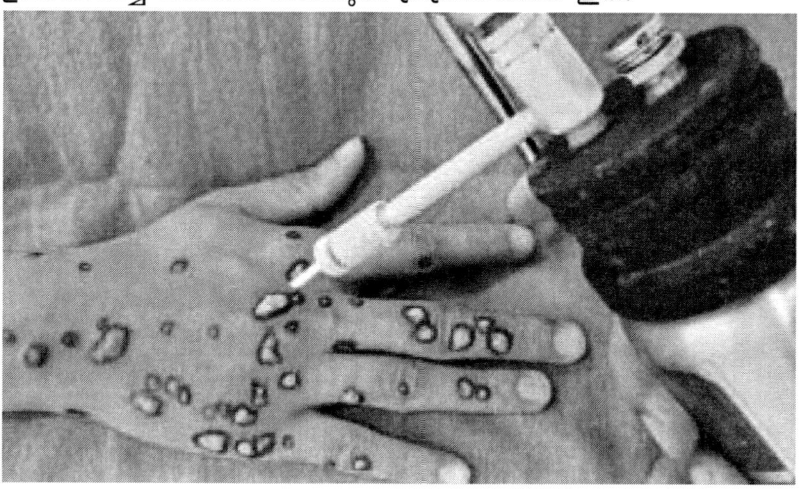

Cryotherapy
Photo Courtesy: Dr K.T. Ashique, Amanza Skin Clinic, Perinthalmanna

മൈനസ് 196°C താപനിലയുള്ള ദ്രവരൂപത്തിലുള്ള നൈട്രജൻ ആണ് സാധാരണയായി ഉപയോഗിക്കുന്നത്. ഈ അതിശൈത്യം കോശങ്ങളിലെ ജലാംശത്തെ ഐസാക്കി രൂപാന്തരപ്പെടുത്തി കോശങ്ങളെ നശിപ്പിക്കുന്നു.

ഒരു ലോഹ നിർമ്മിതമായ ഫ്ളാസ്ക്കും, അതിൽ നിന്ന് ദ്രവരൂപത്തിലുള്ള നൈട്രജൻ ആവശ്യമുള്ള സ്ഥലത്തേക്ക് പ്രവേശിപ്പിക്കുവാനുള്ള ഒരു പ്രോബുമാണ് (Probe) സാധാരണയായി ചർമ്മരോഗ ചികിത്സയിൽ ഉപയോഗിക്കുന്നത്.

അരിമ്പാറ, പാലുണ്ണി, ചർമ്മത്തിലുണ്ടാകുന്ന ചെറിയ പരുക്കൾ, സെബോറിക്ക് കെരറ്റോസിസ് എന്നിവയുടെ ചികിത്സക്ക് ക്രയോതെറാപ്പി ഫലപ്രദമാണ്.

ലേസർ (LASER)

മെഡിക്കൽ മേഖലയിൽ വളരെയധികം ഉപയോഗിക്കുന്ന ഒരു കണ്ടുപിടുത്തമാണ് ലേസർ. 1960ൽ തിയോഡാർ മെയ്മാൻ റൂബി എന്ന് ശാസ്ത്രജ്ഞനാണ് ഈ കണ്ടുപിടുത്തം നടത്തിയത്.

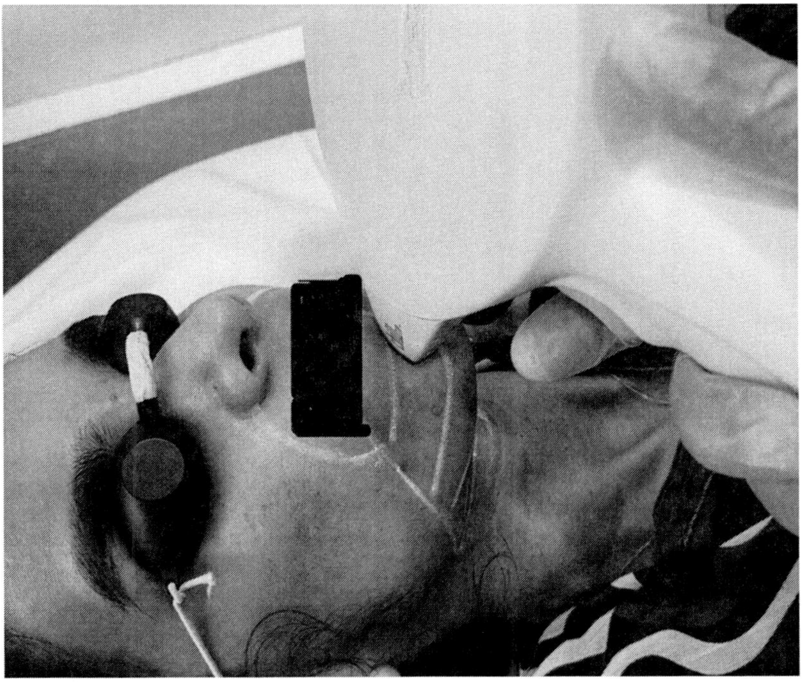

Laser Therapy
Photo Courtesy: Dr K.T. Ashique, Amanza Skin Clinic, Perinthalmanna

ഒരേ ഫേസിലും, ആവർത്തിയിലുമുള്ള അതിതീഷ്ണമായ പ്രകാശ തരംഗങ്ങളെ സൃഷ്ടിക്കാൻ കഴിവുള്ള സംവിധാനമാണ് ലേസർ. വളരെ കൃത്യതയോടെ ശരിയായ സ്ഥലങ്ങളിൽ ശരിയായ ആഴത്തിൽ പതിപ്പിക്കാനാവും എന്നതാണ് ലേസർ രശ്മികളുടെ പ്രത്യേകത.

ലേസർ ഉപയോഗിച്ചുള്ള ചികിത്സകൾ നടത്തുന്നതിന് പ്രത്യേക പരിശീലനം അത്യാവശ്യമാണ്. ലേസർ ഉപകരണങ്ങൾ വളരെ വില പിടിപ്പുള്ളത് ആയതുകൊണ്ട് സ്വാഭാവികമായും ലേസർ ഉപയോഗിച്ചുള്ള ചികിത്സ ചെലവ് ഏറിയതായിരിക്കും. ചർമ്മ ചികിത്സാരംഗത്ത് പലതരത്തിലുള്ള ലേസർ ഉപയോഗിക്കുന്നുണ്ട്.

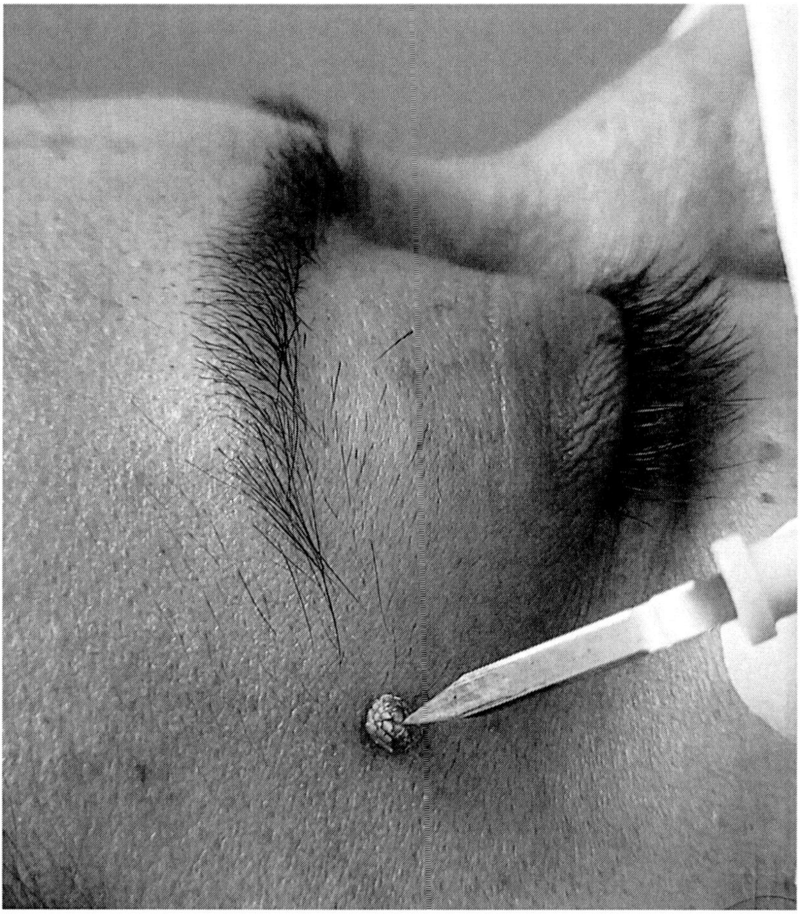

Electrocautery
Photo Courtesy: Dr K.T. Ashique, Amanza Skin Clinic, Perinthalmanna

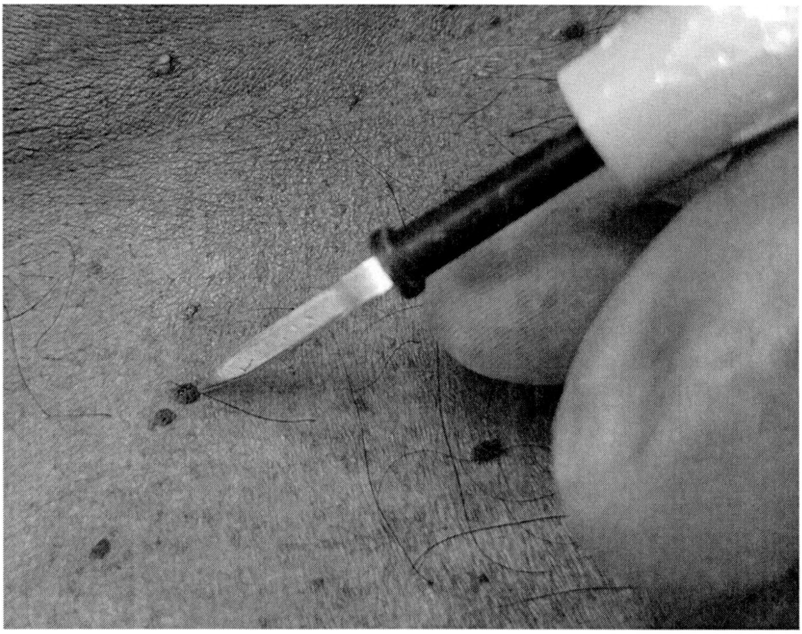

Electrocautery
Photo Courtesy: Dr K.T. Ashique, Amanza Skin Clinic, Perinthalmanna

Carbon dioxide Laser, Argon Laser, Pulsed dye Laser, QS Ruby Laser, Excimer Laser, Erbium Laser എന്നിവ അവയിൽ ചിലത് മാത്ര മാണ്.

ഉപയോഗങ്ങൾ

ചർമ്മരോഗ ചികിത്സയിൽ വളരെയധികം മേഖലകളിൽ ലേസർ ചികിത്സ ഉപയോഗിക്കുന്നുണ്ട്. അവയിൽ പ്രധാനമായവ, അധിക രോമ വളർച്ച നീക്കം ചെയ്യൽ (Hirsuitism), പച്ചക്കുത്തിയത് നീക്കം ചെയ്യൽ (Tattoo removal), മുഖക്കുരുവിന്റെ കലയുടെ തീവ്രത കുറയ്ക്കൽ (Acne scar), കീലോയിഡിന്റെ (Keloid) ചികിത്സ, ചർമ്മത്തിലെ മറുകുകളുടെ (Nevus) ചികിത്സ, മുഖത്തിന്റെ സൗന്ദര്യവൽക്കരണം എന്നിവ അനേകം ചികിത്സകളിൽ ചിലത് മാത്രമാണ്.

■

References:

1. Rook's text book of Dermatology.
2. IADVL Concise Text book of Dermatology.
3. Dermatology illustrated synopsis, Neena khanna.
4. Advanced Dermatologic Therapy, Shelly & Shelly.
5. Psoriasis for Dermatologists, Bela J. Shah.
6. The Itch. Gil, Malcom Greaves.
7. IADVL Manual of Dermatophytosis.
8. Dermatology Made easy, Amanda Oakley.
9. The Acnes, Jayakar Thomas.
10. Urticaria and Angioedema, Graves & Kaplan.